द ग्रेट गॅट्सब

द ग्रेट गॅट्सब

द्वारे
एफ. स्कॉट फिट्झगेराल्ड

D1651927

हे सार्वजनिक डोमेनचे काम आहे.

चे 137पृष्ठ1

सामग्री सारणी

आय
II
III
IV
व्ही
सहावा
VII
आठवा
IX

पुन्हा एकदा
करण्यासाठी
झेल्डा

मग सोन्याची टोपी घाला,जर ती तिला हलवेल;
जर तुम्ही उंच भरारी घेऊ शकत असाल,तर तिच्यासाठीही बाउन्स करा,
जोपर्यंत ती रडत नाही तोपर्यंत " प्रियकर,सोन्याचे टोपी घातलेली,उंच उसळी घेणारा प्रियकर,
माझ्याकडे तू असणे आवश्यक आहे! "

थॉमस पार्के डी इन्व्हिलियर्स

आय

माझ्या लहान आणि अधिक असुरक्षित वर्षांमध्ये माझ्या वडिलांनी मला काही सल्ला दिला
की तेव्हापासून मी माझ्या मनात फिरत आहे.

" जेव्हा तुम्हाला कोणावरही टीका करावीशी वाटते," तो मला म्हणाला," फक्त लक्षात ठेवा की या जगातील सर्व लोकांचे फायदे नाहीत
जे तुमच्याकडे होते . "

तो आणखी काही बोलला नाही,परंतु आम्ही नेहमीच असामान्यपणे संवाद साधत असतो
राखीव मार्गाने,आणि मला समजले की त्याचा अर्थ खूप जास्त आहे
त्यापेक्षा परिणामी,मी सर्व निर्णय राखून ठेवण्यास इच्छुक आहे,अ
सवयीने माझ्यासाठी अनेक जिज्ञासू स्वभाव उघडले आणि मला बनवले
काही अनुभवी बोअरचा बळी नाही. असामान्य मन त्वरित आहे
जेव्हा ही गुणवत्ता सामान्यमध्ये दिसते तेव्हा ओळखा आणि स्वतःला संलग्न करा
व्यक्ती,आणि त्यामुळे कॉलेजमध्ये माझ्यावर अन्यायकारक आरोप झाले
एक राजकारणी असल्याने,मी जंगली लोकांच्या छुप्या दुःखाची जाण ठेवत होतो,
अज्ञात पुरुष. बहुतेक आत्मविश्वास शोधून काढले गेले नाहीत - मी वारंवार आहे
जेव्हा मला लक्षात आले तेव्हा झोपेचे खोटेपणा,व्यस्तता किंवा प्रतिकूल उदासीनता
एक जिव्हाळ्याचा साक्षात्कार थरथरत होता असे काही अस्पष्ट चिन्हे
क्षितीज; तरुण पुरुषांच्या अंतरंग प्रकटीकरणासाठी,किंवा किमान

द ग्रेट गॅट्सब

ज्या अटींमध्ये ते व्यक्त करतात,ते सहसा साहित्यिक असतात आणि
पष्ट दडपशाहीने प्रभावित. निकाल राखून ठेवणे ही बाब आहे
नंत आशा. जर मी काहीतरी गमावले तर मला अजूनही थोडी भीती वाटते
विसरून जा,जसे माझ्या वडिलांनी चपखलपणे सुचवले होते आणि मी चपखलपणे
ांगितले
ुनरावृत्ती करा,मूलभूत सभ्यतेची भावना बाहेर पडली आहे
न्माच्या वेळी असमान.

ाणि,माझ्या सहनशीलतेच्या या मार्गावर बढाई मारल्यानंतर,मी प्रवेशास येतो
ो त्याला मर्यादा आहे. आचरण हार्ड रॉक किंवा वर स्थापित केले जाऊ शकते
ोले दलदल,परंतु एका विशिष्ट बिंदूनंतर ते कशाची स्थापना केली आहे याची मला
र्वा नाही
र गेल्या शरद ऋतूत मी पूर्वेकडून परत आलो तेव्हा मला वाटले की मला हवे आहे
ग एकसमान आणि कायमचे नैतिक लक्ष एक क्रमवारी असणे; आय
ध्ये विशेषाधिकृत झलकांसह आणखी दंगलखोर सहली नको होत्या
ानवी हृदय. या पुस्तकाला आपले नाव देणारा माणूस फक्त गॅट्सबी होता
ाझ्या प्रतिक्रियेतून मुक्त — गॅट्सबी,ज्याने प्रत्येक गोष्टीचे प्रतिनिधित्व केले ज्यासाठी
ी
क अप्रभावित तिरस्कार आहे. जर व्यक्तिमत्व ही एक अभंग मालिका आहे
शस्वी हावभाव,नंतर त्याच्याबद्दल काहीतरी भव्य होते,काही
ीवनाच्या वचनांबद्दल वाढलेली संवेदनशीलता,जणू तो संबंधित आहे
हा भूकंप नोंदविणाऱ्या त्या क्लिष्ट यंत्रांपैकी एकाला
जार मैल दूर. या प्रतिसादाचा त्याच्याशी काहीही संबंध नव्हता
या नावाखाली प्रतिष्ठित आहे
सुर्जनशील स्वभाव " - आशासाठी ही एक विलक्षण भेट होती,ए
ोमॅंटिक तत्परता जसे की मला इतर कोणत्याही व्यक्तीमध्ये आढळले नाही आणि
ी मला पुन्हा सापडण्याची शक्यता नाही. नाही — गॅट्सबी निघाला
ेवटी ठीक आहे; हेच गॅट्सबीवर शिकार केले,काय घाण धूळ
ात्पुरते माझे बाहेर बंद की त्याच्या स्वप्नांच्या वेक मध्ये तरंगणे
ुरुषांच्या निरर्थक दुःखात आणि अल्प-वायुच्या उत्साहात रस.

ाझे कुटुंब या मध्यभागी प्रमुख,चांगले काम करणारे लोक आहेत
ीन पिढ्यांसाठी पश्चिम शहर. Carraways एक आहेत
ळ,आणि आमच्याकडे अशी परंपरा आहे की आम्ही ड्यूक्स ऑफ वंशाचे आहोत
Buccleuch,पण माझ्या वारीचे खरे संस्थापक माझे आजोबा होते
न्नाशीत आलेल्या भावाने सिव्हिलला पर्याय पाठवला
ुद्ध,आणि माझ्या वडिलांनी घाऊक हार्डवेअर व्यवसाय सुरू केला
ाज चालू आहे.

ी या काकांना कधीच पाहिले नाही,परंतु मी त्यांच्यासारखे दिसले पाहिजे
ाटकलेल्या ऐवजी कडक उकडलेल्या पेंटिंगचा विशेष संदर्भ
डिलांचे कार्यालय . मी 1915 मध्ये न्यू हेवनमधून पदवी प्राप्त केली,जेमतेम एक
ातुर्थांश
ाझ्या वडिलांच्या शतकानंतर आणि थोड्या वेळाने मी त्यात भाग घेतला
िलंबित ट्युटोनिक स्थलांतराला ग्रेट वॉर म्हणून ओळखले जाते. मी आनंद घेतला
काउंटर-रेड इतका नख केला की मी अस्वस्थ होऊन परत आलो. असण्याऐवजी

चे 137पृष्ठ3

जगाचे उबदार केंद्र,मध्य पश्चिम आता दिसते
विश्वाची रॅग्ड एज — म्हणून मी पूर्वेला जाऊन बॉण्ड शिकण्याचा निर्णय घेतला
व्यवसाय माझ्या ओळखीचे प्रत्येकजण बॉंड व्यवसायात आहे,म्हणून मी ते गृहित धरत
आणखी एका अविवाहित माणसाला आधार देऊ शकतो. माझ्या सगळ्या काकू-
काकूंनी ते बोलून दाखवलं
जणू ते माझ्यासाठी प्रीप स्कूल निवडत आहेत आणि शेवटी म्हणाले,
“ की — ये-ईस,” अत्यंत गंभीर,संकोचलेल्या चेहऱ्यांनी. वडिलांनी वित्तपुरवठा करण्यास
होकार दिला
मी एक वर्षासाठी,आणि विविध विलंबानंतर मी पूर्वेला आलो,कायमचे,मी
विचार,बावीस च्या वसंत ऋतू मध्ये.

व्यावहारिक गोष्ट म्हणजे शहरात खोल्या शोधणे,परंतु ते उबदार होते
हंगाम,आणि मी नुकताच विस्तीर्ण लॉन आणि मैत्रीपूर्ण देश सोडला होता
झाडं,म्हणून ऑफिसमधल्या एका तरुणाने सुचवलं की आपण ए
ये-जा करणाऱ्या गावात एकत्र घर,ही एक चांगली कल्पना वाटली. तो
घर सापडले,ऐंशी वाजता एक हवामान-पीटलेला पुठ्ठा बंगला
महिना,पण शेवटच्या क्षणी फर्मने त्याला वॉशिंग्टनला जाण्याचे आदेश दिले,आणि
मी एकटाच देशाबाहेर गेलो होतो. माझ्याकडे एक कुत्रा होता - किमान माझ्याकडे तो
होता
तो पळून जाईपर्यंत काही दिवस - आणि एक वृद्ध डॉज आणि एक फिन्निश स्त्री,कोण
माझे अंथरुण बनवले आणि नाश्ता शिजवला आणि फिनिश शहाणपणाला बडबड
केली
स्वत: इलेक्ट्रिक स्टोव्हवर.

एक दिवस सकाळपर्यंत तो एकाकी होता,कोणीतरी अधिक
माझ्यापेक्षा नुकताच आला,मला रस्त्यात थांबवले.

“ तुम्ही वेस्ट एग गावात कसे जाता? " त्याने असहाय्यपणे विचारले.

मी त्याला सांगितलं. आणि मी चालत असताना मी आता एकटे राहिलो नाही. मी
मार्गदर्शक होतो,
पाथफाइंडर,मूळ स्थायिक. त्याने मला अनौपचारिकपणे बहाल केले होते
अतिपरिचित क्षेत्राचे स्वातंत्र्य.

आणि म्हणून सूर्यप्रकाश आणि पानांचा मोठा स्फोट वर वाढत
झाडे,ज्याप्रमाणे गोष्टी जलद चित्रपटांमध्ये वाढतात,मला ते परिचित होते
उन्हाळ्यात जीवनाची पुन्हा सुरुवात होत असल्याची खात्री.

वाचण्यासारखं खूप काही होतं,एका गोष्टीसाठी आणि आरोग्यासाठी खूप काही होतं
तरुण श्वासोच्छ्वास देणाऱ्या हवेतून खाली खेचले जाईल. मी एक डझन विकत घेतले
बँकिंग आणि क्रेडिट आणि गुंतवणूक सिक्युरिटीज आणि ते
माझ्या शेल्फवर लाल आणि सोन्यामध्ये पुदीनाच्या नवीन पैशाप्रमाणे उभा राहिला,
केवळ मिडास आणि मॉर्गन आणि चमकदार रहस्ये उलगडण्याचे आश्वासन देत
मेसेनास माहीत होते. आणि इतर अनेक वाचण्याचा माझा उच्च हेतू होता
याशिवाय पुस्तके. मी कॉलेजमध्ये त्याऐवजी साहित्यिक होतो — एका वर्षी मी ए
येल न्यूजसाठी अत्यंत गंभीर आणि स्पष्ट संपादकीयांची मालिका — आणि आता
अशा सगळ्या गोष्टी मी माझ्या आयुष्यात परत आणणार होतो आणि बनणार होतो
पुन्हा की सर्व तज्ज्ञांपैकी सर्वात मर्यादित,“ सुंदर माणूस. "
हे केवळ एक एपिग्राम नाही - जीवनाकडे अधिक यशस्वीपणे पाहिले जाते

द ग्रेट गॅट्सब

ग्टी,एकाच खिडकीतून.

ातल्या एकात मी घर भाड्याने द्यायला हवं होतं,ही संयोगाची बाब होती
र अमेरिकेतील सर्वात विचित्र समुदाय. ते त्या सडपातळावर होते
लखोर ब्रेट जे न्यू यॉर्कच्या पूर्वेला पसरलेले आहे — आणि कुठे
र नैसर्गिक कुतूहलांमध्ये,दोन असामान्य रचना आहेत
ीन शहरापासून वीस मैल अंतरावर प्रचंड अंड्यांची जोडी सारखीच आहे
ोच्च आणि फक्त एक सौजन्य बे द्वारे वेगळे,सर्वात मध्ये बाहेर jut
श्चात्य गोलार्धातील खाऱ्या पाण्याचे पाळीव शरीर,महान
ग आयलंड साउंडचे ओले बार्नयार्ड. ते परिपूर्ण अंडाकृती नाहीत - जसे
लंबस कथेतील अंडी,ते दोघेही संपर्कात सपाट चिरडलेले आहेत
ग्रट - परंतु त्यांचे भौतिक साम्य हे शाश्वत स्त्रोत असले पाहिजे
व्हरहेड उडणाऱ्या gulls साठी आश्चर्य. पंख नसलेल्यांना आणखी
ोरंजक इंद्रियगोचर प्रत्येक विशिष्ट मध्ये त्यांची भिन्नता आहे
कार आणि आकार वगळता.

वेस्ट एग येथे राहिलो,- तसेच,या दोघांपैकी कमी फॅशनेबल आहे
चित्र व्यक्त करण्यासाठी हा सर्वात वरवरचा टॅग आहे आणि थोडासा नाही
ांच्यातील भयंकर विरोधाभास. माझे घर अगदी टोकाला होते
डी,ध्वनी पासून फक्त पन्नास यार्ड,आणि दोन प्रचंड मध्ये squeezed
ामात बारा किंवा पंधरा हजार भाड्याने दिलेली ठिकाणे. वर एक
झा अधिकार कोणत्याही मानकानुसार एक प्रचंड प्रकरण होता - ते तथ्यात्मक होते
ही Hô tel de Ville चे अनुकरण ,एकावर एक टावर
जूला,कच्च्या आयव्हीच्या पातळ दाढीखाली आणि एक संगमरवरी
ेमिंग पूल,आणि चाळीस एकर पेक्षा जास्त लॉन आणि बाग. ते होते
सबीची हवेली . किंवा,त्याऐवजी,मी मिस्टर गॅटस्बीला ओळखत नव्हतो , ते ए
ा नावाच्या एका गृहस्थाची वस्ती. माझे स्वतःचे घर होते
ळ्यांचा दाह,पण तो एक लहान डोळा होता,आणि त्याकडे दुर्लक्ष केले गेले होते,
णून मी
ण्याचे दृश्य होते,माझ्या शेजाऱ्याच्या लॉनचे आंशिक दृश्य होते आणि
क्षाधीशांचे सांत्वन करणारी सान्निध्य — सर्व ऐंशी डॉलर्ससाठी a
हेना

जन्य बे ओलांडून फॅशनेबल ईस्ट एगचे पांढरे राजवाडे
ण्याच्या बाजूने चमकते आणि उन्हाळ्याचा इतिहास खरोखर सुरू होतो
्याकाळी मी टॉमसोबत जेवायला गेलो
ानन्स. एकदा काढून टाकलेली डेझी माझी दुसरी चुलत बहीण होती आणि मी
मला ओळखत असे
ाविद्यालयात. आणि युद्धानंतर मी त्यांच्याबरोबर दोन दिवस घालवले
कागो.

चे पती,विविध शारीरिक सिद्धींपैकी एक होते
हेवन येथे फुटबॉल खेळलेले सर्वात शक्तिशाली टोक — a
क प्रकारे राष्ट्रीय व्यक्तिमत्व,अशा तीव्रतेपर्यंत पोहोचलेल्या पुरुषांपैकी एक
कवीस वर मर्यादित उत्कृष्टता जे नंतर सर्व काही चाखते
टीक्लाइमॅक्स त्याचे कुटुंब प्रचंड श्रीमंत होते - अगदी कॉलेजमध्येही
ासह स्वातंत्र्य ही निंदनीय बाब होती - पण आता तो शिकागो सोडला होता
णि पूर्वेकडे अशा फॅशनमध्ये या ज्याने तुमचा श्वास सोडला: साठी .

चे 137पृष्ठ5

उदाहरणार्थ,त्याने तलावातून पोलो पोनीची स्ट्रिंग खाली आणली
वन. माझ्याच पिढीतला माणूस आहे हे कळणे कठीण होते
ते करण्यासाठी पुरेसे श्रीमंत.

ते पूर्वेकडे का आले ते मला माहीत नाही . त्यांनी फ्रान्समध्ये एक वर्ष घालवले होते
कोणतेही विशेष कारण नाही,आणि नंतर अशांततेने इकडे तिकडे वाहून गेले
जिथे जिथे लोक पोलो खेळायचे आणि एकत्र श्रीमंत होते. हे ए
कायमस्वरूपी हलवा,डेझी टेलिफोनवर म्हणाली,पण माझा विश्वास बसला नाही
ते - मला डेझीच्या हृदयात काही दिसले नाही ,परंतु मला वाटले की टॉम वाहून जाईल
च्या नाट्यमय अशांततेसाठी कायमचे शोधत,थोडेसे विस्तृतपणे
काही अपरिवर्तनीय फुटबॉल खेळ.

आणि असे झाले की एका उबदार वादळी संध्याकाळी मी पूर्वेकडे निघालो
दोन जुन्या मित्रांना भेटण्यासाठी अंडी ज्यांना मी क्वचितच ओळखत होतो. त्यांचे घर
माझ्या अपेक्षेपेक्षाही अधिक विस्तृत,आनंदी लाल-पांढरा
जॉर्जियन वसाहती हवेली,खाडीकडे नजाकत. लॉनला सुरुवात झाली
समुद्रकिनारा आणि एक चतुर्थांश मैल समोरच्या दरवाज्याकडे धावले,
सनडायलवर उडी मारणे आणि विटांचे चालणे आणि जळत्या बागांवर - शेवटी केव्ह
उजळलेल्या वेलींमध्ये कडेकडेने वाहत घरापर्यंत पोहोचले
त्याच्या धावण्याच्या गतीपासून. समोरचा भाग फ्रेंचच्या एका ओळीने मोडला होता
खिडक्या,आता परावर्तित सोन्याने चमकत आहेत आणि उबदार उघडलेल्या आहेत
दुपारी वादळी वाऱ्यासह टॉम बुकानन राइडिंग कपड्यात उभा होता
त्याचे पाय समोरच्या पोर्चवर अलगद.

त्याच्या न्यू हेवन वर्षापासून तो बदलला होता. आता तो तगडा झाला होता
तीस वर्षांचा पेंढा-केसांचा माणूस,ऐवजी कठोर तोंड आणि ए
वरवरच्या पद्धतीने. दोन चमकणारे गर्विष्ठ डोळे स्थापन झाले होते
त्याच्या चेहऱ्यावर प्रभुत्व मिळवले आणि त्याला नेहमी झुकलेला देखावा दिला
आक्रमकपणे पुढे. त्याच्या स्वारीचा मोहक swank देखील नाही
कपड्यांमुळे त्या शरीराची प्रचंड शक्ती लपवू शकते — तो भरून काढत होता
तो वरच्या lacing ताण होईपर्यंत त्या चमकणारे बूट,आणि आपण करू शकता
जेव्हा त्याचा खांदा त्याच्या खाली सरकतो तेव्हा स्नायू हलवण्याचा एक मोठा पॅक
पहा
पातळ कोट. हे एक शरीर होते जे प्रचंड फायदा घेण्यास सक्षम होते - एक क्रूर शरीर

त्याच्या बोलण्याचा आवाज,एक कर्कश कर्कश टेनर,च्या छाप जोडले
फ्रॅक्शियसनेस त्याने व्यक्त केला. मध्ये पितृत्वाच्या अवहेलनाचा स्पर्श होता
तो,अगदी त्याच्या आवडीच्या लोकांबद्दलही — आणि न्यू हेवन येथे असे पुरुष होते ज
त्याच्या हिंमतीचा द्वेष केला होता.

" आता,या विषयांवर माझे मत अंतिम आहे असे समजू नका," त्याला वाटले
म्हणा,मी " तुमच्यापेक्षा बलवान आणि अधिक माणूस आहे म्हणून . " आम्ही
एकाच ज्येष्ठ समाजात होतो आणि आम्ही कधीच जिव्हाळ्याचा नव्हतो मी
त्याने मला मान्यता दिली आहे आणि मला आवडावे अशी त्याची नेहमीच धारणा हो
त्याच्या स्वतःच्या काही कठोर,उद्धट इच्छाशक्तीसह.

सनी पोर्चवर आम्ही काही मिनिटे बोललो.

" मला इथे छान जागा मिळाली आहे," तो म्हणाला,त्याचे डोळे चमकत होते

द ग्रेट गॅट्सब

ास्वस्थपणे

ला एका हाताने वळवून,त्याने बाजूने एक विस्तृत सपाट हात हलवला
मोरचा व्हिस्टा,बुडलेल्या इटालियन बागेसह,अर्धा
कर खोल,तिखट गुलाब,आणि एक स्नब-नाक असलेली मोटरबोट ज्याला टक्कर
ाली
मुद्राची भरतीओहोटी ऑफशोअर.

ते डेमेन या तेलपुरुषाचे होते. " त्याने मला पुन्हा वळवले,
म्रपणे आणि अचानक. " आम्ही आत जाऊ . "

ाम्ही एका उंच दालनातून एका चमकदार गुलाबी रंगाच्या जागेत गेलो,
ान्ही टोकांना फ्रेंच खिडक्यांनी घरामध्ये नाजूकपणे बांधलेले. द
खिडक्या उघड्या होत्या आणि बाहेरच्या ताज्या गवतावर पांढरे चमकत होते
घरामध्ये थोडेसे वाढलेले दिसते. वाऱ्याची झुळूक आली
ोली,एका टोकाला पडदे उडवले आणि दुसऱ्या टोकाला फिकट गुलाबी सारखे
ांडे,त्यांना वर फिरवून फ्रॉस्टेड वेडिंग-केकच्या दिशेने
त,आणि नंतर वाइन-रंगीत गालिचा वर rippled,एक सावली बनवण्यासाठी
मुद्रावर वारा वाहतो तसे त्यावर.

ोलीतील एकमेव पूर्णपणे स्थिर वस्तू एक प्रचंड होती
या पलंगावर दोन तरुणी फुशारकी मारल्या गेल्या होत्या
ंकर केलेला फुगा. ते दोघे पांढऱ्या रंगात होते आणि त्यांचे कपडे होते
रंगणे आणि फडफडणे जणू काही ते नुकतेच आत उडवले गेले होते
राभोवती लहान उड्डाण. मी काही क्षण उभी राहिली असावी
ड्याचा चाबूक आणि स्नॅप आणि a चा आक्रोश ऐकणे
ंतीवर चित्र. मग टॉम बुकाननने बंद केल्याने एक तेजी आली
ागील खिडक्या आणि पकडलेला वारा खोली बद्दल बाहेर मरण पावला,आणि
डदे आणि रग्ज आणि दोन तरुण स्त्रिया हळू हळू फुग्याकडे वळल्या
जला

ाघांपैकी धाकटा माझ्यासाठी अनोळखी होता. ती पूर्ण वाढवली होती
िच्या दिवाणाच्या शेवटी लांबी,पूर्णपणे गतिहीन आणि तिच्याबरोबर
नुवटी थोडी उंचावली,जणू काही ती त्यावर काहीतरी संतुलन ठेवत होती
डण्याची दाट शक्यता होती. तिच्या डोळ्यांच्या कोपऱ्यातून तिने मला पाहिले तर
ंने त्याचा कोणताही इशारा दिला नाही - खरंच,कुरकुर करताना मला जवळजवळ
ाश्चर्य वाटले
ात येऊन तिला त्रास दिल्याबद्दल माफी.

सरी मुलगी,डेझीने उठण्याचा प्रयत्न केला - ती थोडीशी झुकली
ामाणिक अभिव्यक्तीसह पुढे - मग ती हसली,एक हास्यास्पद,
ोहक थोडे हसणे,आणि मी देखील हसलो आणि पुढे आलो
ोली

मी आनंदाने अर्धांगवायू आहे . "

पुन्हा हसली,जणू काही खूप विनोदी बोलली,आणि माझा हात धरला
णभर हात वर करून माझ्या चेहऱ्याकडे बघितले,असे वचन दिले
ागात कोणीही तिला पाहण्याची इच्छा नव्हती. ती एक पद्धत होती

होते. तिने कुरकुर करत तोल सांभाळणाऱ्या मुलीचे आडनाव असल्याचा इशारा केला
बेकर. (डेझीची बडबड फक्त लोकांना बनवण्यासाठी होती असे मी ऐकले आहे
तिच्याकडे झुकणे; एक असंबद्ध टीका ज्यामुळे ती कमी झाली नाही
मोहक.)

काहीही झाले तरी,मिस बेकरचे ओठ फडफडले,तिने जवळजवळ माझ्याकडे होकार दिला
अगोचरपणे,आणि नंतर पटकन तिचे डोके पुन्हा मागे सरकवले - वस्तू
साहजिकच थोडेसे ढासळले आणि तिला दिले
काहीतरी भीती वाटते. पुन्हा एक प्रकारची माफी माझ्या ओठांवर आली.
पूर्ण स्वयंपूर्णतेचे जवळजवळ कोणतेही प्रदर्शन स्तब्ध होते
माझ्याकडून श्रद्धांजली.

मी माझ्या चुलत बहिणीकडे मागे वळून पाहिले,जी मला तिच्या खालच्या बाजूने प्रश्न विचारू लागली,
थरारक आवाज. तो आवाजाचा प्रकार होता ज्याचा कान पाठपुरावा करतो आणि
खाली,जणू प्रत्येक भाषण ही नोट्सची व्यवस्था आहे जी कधीही होणार नाही
पुन्हा खेळला. तिचा चेहरा उदास आणि सुंदर होता,त्यात चमकदार गोष्टी होत्या,
तेजस्वी डोळे आणि तेजस्वी तापट तोंड,पण एक उत्साह होता
तिच्या आवाजात ज्या पुरुषांनी तिची काळजी घेतली त्यांना विसरणे कठीण होते:
गाण्याची सक्ती,कुजबुजलेली " ऐका," तिला दिलेले वचन
काही काळापासून समलिंगी,रोमांचक गोष्टी केल्या आणि समलिंगी होते,
रोमांचक गोष्टी पुढील तासात फिरत आहेत.

मी तिला सांगितले की मी पूर्वेला जाताना शिकागोमध्ये एक दिवस कसा थांबलो हो
आणि डझनभर लोकांनी माझ्याद्वारे त्यांचे प्रेम कसे पाठवले.

" त्यांना माझी आठवण येते का? " ती आनंदाने ओरडली.

" संपूर्ण गाव उजाड आहे. सर्व कारचे डावे मागील चाक आहे
एक शोक पुष्पांजली म्हणून काळ्या रंगात रंगवलेला,आणि सर्व तेथे सतत आक्रोश
उत्तर किनाऱ्यावर रात्र. "

" किती सुंदर! चला परत जाऊ,टॉम . उद्या! " मग ती जोडली
असंबद्धपणे: " तुम्ही बाळाला पाहिले पाहिजे. "

" मला आवडेल . "

" ती झोपली आहे . ती तीन वर्षांची आहे तू तिला कधी पाहिलं . नाहीस ? "

" कधीच नाही. "

" बरं,तू तिला भेटायला हवं. ती आहे - "

टॉम बुकानन,जो खोलीत अस्वस्थपणे घिरट्या घालत होता,तो थांबला
आणि माझ्या खांद्यावर हात ठेवला.

" काय करत आहेस,निक? "

" मी बॉन्ड मॅन आहे . "

कोणाबरोबर? "

त्याला सांगितलं.

त्यांच्याबद्दल कधीच ऐकले नाही," त्याने निर्णायकपणे टिप्पणी केली.

मुळे मला त्रास झाला.

तुम्ही कराल," मी थोड्याच वेळात उत्तर दिले. " तुम्ही पूर्वेला राहिल्यास तुम्ही कराल.

अरे,मी पूर्वेला राहीन,तू काळजी करू नकोस ," तो एक नजर टाकत म्हणाला
झी आणि मग परत माझ्याकडे,जणू काही तो सावध झाला होता
धिक " मी कुठेही राहण्यासाठी देवाने शापित मूर्ख असेन . "

वेळी मिस बेकर म्हणाल्या: " नक्कीच! " अशा अचानकपणे
सुरुवात केली - मी मध्ये आल्यापासून तिने उच्चारलेला हा पहिला शब्द होता
ोली साहजिकच तिने मला जितके आश्चर्य केले तितकेच तिलाही आश्चर्य वाटले
ारण तिने जांभई दिली
ाणि वेगवान,कुशल हालचालींच्या मालिकेने खोलीत उभे राहिले.

मी ताठ आहे ," तिने तक्रार केली," मी त्या सोफ्यावर खूप दिवस पडून आहे .
से मला आठवते. "

माझ्याकडे पाहू नकोस," डेझीने उत्तर दिले," मी तुझ्याकडे जाण्याचा प्रयत्न करत
ाहे
ू यॉर्क संपूर्ण दुपार. "

नाही,धन्यवाद," मिस बेकरने चार कॉकटेल्सना सांगितले
न्ट्री " मी पूर्णपणे प्रशिक्षणात आहे . "

च्या होस्टने तिच्याकडे अविश्वासाने पाहिले.

तुम्ही आहात! " त्याने त्याचे पेय खाली घेतले जणू ते तळाशी एक थेंब आहे
का काचेचे. " तुम्ही काहीही कसे करता हे माझ्या पलीकडे आहे. "

ो मिस बेकरकडे पाहिलं,तिला आश्चर्य वाटलं की ते काय झालं ? " मी
ला बघून मजा आली. ती एक सडपातळ,लहान-छाती असलेली मुलगी होती
क ताठ असलेली गाडी,ज्यावर तिने तिचे शरीर मागे फेकून जोर दिला
रुण कॅडेटप्रमाणे खांद्यावर. तिचे धूसर उन्हात ताणलेले डोळे दिसू लागले
नयातून विनम्र पारस्परिक कुतूहलाने माझ्याकडे परत,मोहक,
संतुष्ट चेहरा. मला आता वाटले की मी तिला पाहिले आहे,किंवा ए
चा फोटो,आधी कुठेतरी.

तू वेस्ट एगमध्ये राहतोस," तिने तिरस्काराने टिप्पणी केली. " मी कुणालातरी
ोळखतो
थे. "

मला एकही माहित नाही - "

तुम्हाला गॅट्सबी माहित असणे आवश्यक आहे. "

" गॅट्सबी? " डेझीने मागणी केली. " काय गॅट्सबी? "

तो माझा शेजारी होता हे मी उत्तर देण्याआधीच डिनरची घोषणा करण्यात आली; त्याचा ताणलेला हात अत्यावश्यकपणे माझ्या खाली टाकून टॉम बुकाननने भाग पाडले
मला खोलीतून,जणू काही तो चेकर दुसऱ्या चौकात हलवत होता.

सडपातळ,सुस्तपणे,त्यांचे हात त्यांच्या नितंबांवर हलकेच ठेवतात,ते दोघे तरुण स्त्रिया आमच्या आधी एका गुलाबी रंगाच्या पोर्चकडे निघाल्या,ज्या दिशेला उघडल्या होत्या
सूर्यास्त,जिथे टेबलावर चार मेणबत्त्या चमकत होत्या
कमी झालेला वारा.

" मेणबत्त्या का? " डेझीने आक्षेप घेतला,भुसभुशीत. तिने त्यांच्यासोबत त्यांना बाहेर काढले
बोटे " दोन आठवड्यात तो वर्षातील सर्वात मोठा दिवस असेल. " ती आम्हा सर्वांकडे तेजस्वीपणे पाहिले. “ तुम्ही नेहमी सर्वात जास्त दिवस पाहता का? वर्षाचे आणि नंतर ते चुकवायचे? मी नेहमी सर्वात मोठा दिवस पाहतो
वर्ष आणि नंतर ते चुकवा. "

" आपण काहीतरी योजना आखली पाहिजे," मिस बेकरने जांभई दिली,खाली बसली टेबल जणू ती अंथरुणावर पडली आहे.

" ठीक आहे," डेझी म्हणाली. आम्ही " काय प्लॅन करू? " ती माझ्याकडे वळली असहाय्यपणे: " लोक काय योजना करतात? "

मी उत्तर देण्यापूर्वीच तिचे डोळे विस्फारले गेले
करंगळी.

" दिसत! " तिने तक्रार केली; " मला दुखापत झाली. "

आम्ही सर्वांनी पाहिले - पोर काळा आणि निळा होता.

" तू हे केलंस,टॉम," ती आरोप करत म्हणाली. " मला माहित आहे तुला असे म्हणायचे नव्हते ,
पण तू ते केलेस. एका पाशवी पुरुषाशी लग्न केल्यामुळे मला तेच मिळते ,अ
-" चा महान,मोठा,मोठा भौतिक नमुना

' मला " हल्किंग ' हा शब्द आवडत नाही" टॉमने आक्षेप घेतला," अगदी आतही मस्करी "

" हल्किंग," डेझीने आग्रह केला.

कधीकधी ती आणि मिस बेकर एकाच वेळी,बिनधास्तपणे आणि ए
खूप बडबड कधीच नाही की bantering inconsequence,ते छान होते
सर्वांच्या अनुपस्थितीत त्यांचे पांढरे कपडे आणि त्यांचे वैयक्तिक डोळे
इच्छा ते येथे होते,आणि त्यांनी टॉम आणि मला स्वीकारले,फक्त ए बनवून
मनोरंजनासाठी किंवा करमणुकीसाठी विनम्र आनंददायी प्रयत्न. त्यांना माहीत होते की सध्या रात्रीचे जेवण आटोपले आहे आणि संध्याकाळनंतरही
संपेल आणि सहज दूर ठेवले जाईल. पेक्षा ते अगदी वेगळे होते

द ग्रेट गॅट्सब

श्चिम,जिथे एक संध्याकाळ त्याच्या दिशेने टप्प्याटप्प्याने घाई करत होती
द्,सतत निराश अपेक्षेने नाहीतर निखालस
ा क्षणाचीच चिंताग्रस्त भीती.

तू मला असंस्कृत वाटत आहेस,डेझी," मी माझ्या दुसऱ्या ग्लासवर कबूल केले
र्क्डी परंतु त्याऐवजी प्रभावी क्लेरेटचे. " तुम्ही पिकांबद्दल बोलू शकत नाही का
ाहीतरी? "

ला या टिपण्णीचा विशेष अर्थ नव्हता,परंतु तो मध्ये घेतला गेला
क अनपेक्षित मार्ग.

सभ्यता तुकडे होणार आहे," टॉम हिंसकपणे बाहेर पडला. " मी आहे _
ष्टींबद्दल भयंकर निराशावादी बनलो. तुम्ही द राइज वाचले आहे
 माणसाने गोडार्डच्या रंगीत साम्राज्यांचे? "

का,नाही," मी उत्तर दिले,उलट त्याच्या टोनने आश्चर्यचकित झाले.

बरं,हे छान पुस्तक आहे आणि प्रत्येकाने ते वाचलेच पाहिजे. कल्पना आहे
र आपण पाहत नाही तर पांढरी शर्यत होईल - पूर्णपणे होईल
डलेले ही सर्व वैज्ञानिक सामग्री आहे ; ते सिद्ध झाले आहे . "

टॉम खूप प्रगल्भ होत आहे," डेझीने अभिव्यक्तीसह म्हटले
विचारी दुःख. " तो लांब शब्द असलेली खोल पुस्तके वाचतो
ांना तो शब्द काय होता आम्ही -"

बरं,ही सर्व पुस्तके वैज्ञानिक आहेत," टॉमने तिच्याकडे एकटक पाहत आग्रह केला
धीरतेने " या व्यक्तीने संपूर्ण गोष्ट तयार केली आहे. पर्यंत आहे _
म्ही,जे प्रबळ शर्यत आहेत,त्याकडे लक्ष द्यावे किंवा या इतर रेस करतील
ष्टींवर नियंत्रण ठेवा. "

आम्हाला त्यांना मारावे लागेल," डेझीने उग्रपणे डोळे मिचकावत कुजबुजले
ग्रर सूर्याकडे.

तुम्ही कॅलिफोर्नियामध्ये राहायला हवे -" मिस बेकरने सुरुवात केली,पण टॉम
ाच्या खुर्चीत जोरदारपणे हलवून तिला व्यत्यय आणला.

 कल्पना अशी आहे की आम्ही नॉर्डिक आहोत. मी आहे,आणि तू आहेस आणि तू
हेस,
णि —" अनंत संकोचानंतर त्याने डेझीचा समावेश केला
चित होकार दिला,आणि तिने पुन्हा माझ्याकडे डोळे मिचकावले. "- आणि आम्ही
र्व उत्पादन केले आहे
ा गोष्टी सभ्यता बनवतात — अरे,विज्ञान आणि कला आणि सर्व
 बघतोय का? "

ाच्या एकाग्रतेत काहीतरी दयनीय आहे,जणू त्याच्या
त्मसंतुष्टता,जुन्यापेक्षा अधिक तीव्र,त्याला आता पुरेशी नव्हती.
व्हा,जवळजवळ लगेच,आतमध्ये टेलिफोन वाजला आणि बटलर
णिक व्यत्ययावर डेझीने पोर्च सोडले आणि झुकले
झ्या दिशेने.

चे 137पृष्ठ11

द ग्रेट गॅट्सब

" मी तुला एक कौटुंबिक रहस्य सांगेन ," ती उत्साहाने कुजबुजली.
" हे बटलरच्या नाकाबद्दल आहे . तुम्हाला बटलरबद्दल ऐकायचे आहे का ?
नाक "

" म्हणूनच मी आज रात्री आलो. "

" ठीक आहे,तो नेहमीच बटलर नव्हता ; तो सिल्व्हर पॉलिशर असायचा
न्यू यॉर्कमधील काही लोकांसाठी ज्यांची चांदीची सेवा दोनशेसाठी होती
लोक त्याला सकाळपासून रात्रीपर्यंत,शेवटी ते पॉलिश करावे लागले
त्याच्या नाकावर परिणाम होऊ लागला -"

" गोष्टी वाईटाकडून वाईट होत गेल्या," मिस बेकरने सुचवले.

" हो. परिस्थिती बिघडत गेली,शेवटी त्याला हार मानावी लागली
त्याची स्थिती. "

क्षणभर शेवटचा सूर्यप्रकाश तिच्यावर प्रेमळ प्रेमाने पडला
चमकणारा चेहरा; तिच्या आवाजाने मला श्वासोच्छवासाने पुढे जाण्यास भाग पाडले
ऐकले - मग चमक कमी झाली,प्रत्येक प्रकाश तिला रेंगाळत होता
दु: ख,संध्याकाळच्या वेळी एक आनंददायी रस्ता सोडलेल्या मुलांप्रमाणे.

बटलर परत आला आणि टॉमच्या कानाजवळ काहीतरी बडबडला ,
तेव्हा टॉमने भुसभुशीत केली,खुर्ची मागे ढकलली आणि एकही शब्द न बोलता निघून
गेला
आत जणू काही त्याच्या अनुपस्थितीमुळे तिच्यात काहीतरी वेग आला,डेझी झुकली
पुन्हा पुढे,तिचा आवाज चमकणारा आणि गाणारा.

" मला तुला माझ्या टेबलावर बघायला आवडते,निक. तू मला आठवण करून देतोस
— गुलाबाची,एक
परिपूर्ण गुलाब. तो नाही का ? " ती पुष्टीकरणासाठी मिस बेकरकडे वळली:
" एक परिपूर्ण गुलाब? "

हे असत्य होते. मी गुलाबासारखा क्षीणही नाही. ती फक्त होती
extemporizing,पण एक ढवळत उबदार तिच्या पासून प्रवाह,जणू तिचे हृदय
त्या एका दमात दडून तुझ्याकडे बाहेर येण्याचा प्रयत्न करत होतो,
रोमांचक शब्द. मग अचानक तिने तिचा रुमाल टेबलावर फेकला आणि
माफ करून ती घरात गेली.

मिस बेकर आणि मी जाणीवपूर्वक एका छोट्या नजरेची देवाणघेवाण केली
अर्थ मी बोलणारच होतो तेव्हा ती सावधपणे उठून बसली आणि म्हणाली " श! "
चेतावणी आवाजात. मध्ये एक दबलेला आवेशपूर्ण बडबड ऐकू येत होती
पलीकडे खोली,आणि मिस बेकर निःसंकोचपणे पुढे झुकण्याचा प्रयत्न करत होती
ऐकणे कुरकुर सुसंगततेच्या काठावर थरथरली,खाली बुडाली,
उत्साहाने आरोहित,आणि नंतर पूर्णपणे बंद.

" तुम्ही ज्या मिस्टर गॅटस्बीबद्दल बोललात तो माझा शेजारी आहे —" मी सुरुवात
केली.

बोलू " नकोस . मला काय होते ते ऐकायचे आहे. "

काही होतंय का? " मी निरागसपणे चौकशी केली.

तुला माहित नाही असे म्हणायचे आहे का ? " मिस बेकर प्रामाणिकपणे
ाश्चिर्यचकित होऊन म्हणाली.
मला वाटलं सगळ्यांना माहीत आहे. "

मला नाही . "

का -" ती संकोचून म्हणाली. टॉमला न्यूयॉर्कमध्ये एक स्त्री मिळाली . "

काही बाई मिळाली का? " मी मोकळेपणाने पुनरावृत्ती केली.

स बेकरने होकार दिला.

रात्रीच्या जेवणाच्या वेळी त्याला फोन न करण्याची शालीनता तिच्याकडे असेल.
टत नाही का ? "

ा तिचा अर्थ समजून घेण्याआधीच ए ची फडफड झाली
स आणि लेदर बूट्सचा क्रंच आणि टॉम आणि डेझी परत आले
बल

हे मदत केली जाऊ शकत नाही ! डेझी तणावपूर्ण आनंदाने ओरडली.

ा खाली बसली,मिस बेकरकडे आणि नंतर माझ्याकडे शोधून पाहिले आणि
डे म्हणाला: " मी एक मिनिट घराबाहेर पाहिलं,आणि ते खूप रोमँटिक आहे
राबाहेर हिरवळीवर एक पक्षी आहे असे मला वाटते
इटिंगेल क्युनार्ड किंवा व्हाईट स्टार लाईनवर येतात. तो गात आहे
र –" तिचा आवाज गायला: " तो रोमँटिक आहे,नाही का टॉम ? "

खूप रोमँटिक," तो म्हणाला,आणि नंतर दयनीयपणे मला: " जर ते हलके असेल तर
त्रीच्या जेवणानंतर पुरेसे आहे,मला तुला खाली स्टेबलमध्ये घेऊन जायचे आहे. "

ातून टेलीफोन वाजला,आश्चर्याने,आणि डेझीने मान हलवली
मवर निर्णायकपणे स्टेबलचा विषय,खरं तर सर्व विषय,
ेत गायब झाले. शेवटच्या पाच मिनिटांच्या तुटलेल्या तुकड्यांमध्ये
ब्लावर मला मेणबत्त्या पुन्हा पेटवल्या गेल्याची आठवण आहे,निरर्थकपणे,आणि मी
त्येकाकडे लक्षपूर्वक पाहण्याची इच्छा होती आणि तरीही
र्व डोळे टाळा. डेझी आणि टॉम काय विचार करत होते याचा मला अंदाज आला
ग , नाही
ला शंका आहे की मिस बेकर,ज्याने एखाद्या विशिष्ट गोष्टीवर प्रभुत्व मिळवले आहे
हुण्यांची तीक्ष्णता ठेवण्यास पूर्णपणे सक्षम होते
ातून धातूची निकड. एका विशिष्ट स्वभावाला परिस्थिती
दाचित वेधक वाटले असेल – माझी स्वतःची प्रवृत्ती टेलिफोन करण्याची होती
लिसांसाठी तात्काळ.

डे,सांगायची गरज नाही,पुन्हा उल्लेख केला नाही. टॉम आणि मिस
कर,त्यांच्यामध्ये अनेक फूट संध्याकाळ होता,परत आत गेला
ायब्ररी,जणू काही पूर्णपणे मूर्त शरीराशेजारी एक जागरण आहे,तर,
ानंदाने स्वारस्य आणि थोडे बहिरे दिसण्याचा प्रयत्न करत,मी अनुसरण केले
मोरच्या पोर्चला जोडणाऱ्या व्हरांड्याच्या साखळीभोवती डेझी. मध्ये

खोल उदास आम्ही एका विकर सेटवर शेजारी बसलो.

डेझीने तिचा चेहरा तिच्या हातात घेतला जणू त्याचा सुंदर आकार वाटतो,आणि तिचे डोळे हळूहळू मखमली संध्याकाळकडे सरकले. मी ते पाहिले
अशांत भावनांनी तिच्यावर कब्जा केला,म्हणून मी विचारले की मला काय वाटेल
तिच्या लहान मुलीबद्दल काही शामक प्रश्न.

" आम्ही एकमेकांना नीट ओळखत नाही,निक," ती अचानक म्हणाली. " अगदी जर आम्ही चुलत भाऊ अथवा बहीण आहोत. तू माझ्या लग्नाला आला नाहीस . "

“ मी युद्धातून परतलो नव्हतो . "

“ ते खरे आहे . " ती संकोचली. “ ठीक आहे,माझ्यावर खूप वाईट वेळ आली आहे,नि आणि मी प्रत्येक गोष्टीबद्दल खूपच निंदक आहे. "

स्पष्टपणे तिच्याकडे असण्याचे कारण होते. मी वाट पाहिली पण ती काही बोलली नाही ,
आणि थोड्या वेळाने मी तिच्या विषयाकडे परत आलो
मुलगी

“ मला वाटतं ती बोलते,आणि — खाते आणि सर्वकाही. "

" अरे हो. " तिने माझ्याकडे अविचलपणे पाहिलं. “ ऐक,निक; मी तुम्हाला सांगतो तिचा जन्म झाल्यावर मी काय बोललो. तुम्हाला ऐकायला आवडेल का? "

" खुप. "

" ते तुम्हाला दर्शवेल की मला कसे वाटले आहे — गोष्टी . बरं,ती होती
एक तासापेक्षा कमी जुना आणि टॉम कुठे होता देवाला माहीत. मी मधून उठलो
पूर्णपणे बेबंद भावनेने इथर,आणि नर्सला बरोबर विचारले
ती मुलगा किंवा मुलगी असेल तर दूर. तिने मला सांगितले की ती मुलगी आहे आणि म्हणून मी
माझे डोके फिरवले आणि रडले. ' ठीक आहे,' मी म्हणालो,' मला आनंद झाला ' आ मुलगी आणि मला आशा आहे की ती एक मूर्ख असेल - ही मुलगी बनू शकते ही सर्वात चांगली गोष्ट आहे
या जगात,एक सुंदर लहान मूर्ख. '

" तुम्ही पाहिलं,मला वाटतं की सर्वकाही भयंकर आहे," ती पुढे गेली
खात्रीचा मार्ग. " प्रत्येकजण असा विचार करतो - सर्वात प्रगत लोक. मी आणि माहित आहे मी सर्वत्र गेलो आहे आणि सर्व काही पाहिले आहे आणि सर्वकाही केले आहे. "
टॉमच्या ऐवजी उद्धटपणे चमकले आणि
ती थरारक उपहासाने हसली. अत्याधुनिक — देवा ,मी _
अत्याधुनिक! "

झटपट तिचा आवाज बंद झाला,माझे लक्ष वेधून घेणे थांबवले,माझे
विश्वास,मला तिने जे काही सांगितले त्याबद्दलचा अविवेकीपणा जाणवला. ते मला घडवले
अस्वस्थ,जणू काही संपूर्ण संध्याकाळ एक प्रकारची युक्ती होती

द ग्रेट गॅट्सब

ाझ्याकडून अचूक योगदान देणारी भावना. मी प्रतीक्षा केली,आणि खात्री पुरेशी,एक
ध्ये
ाणार्धात तिने तिच्या सुंदर चेहऱ्यावर निरपेक्ष स्मितहास्य माझ्याकडे पाहिले
ार तिने तिचे सदस्यत्व एका ऐवजी प्रतिष्ठित गुप्तपणे सांगितले असते
ी आणि टॉम ज्या समाजाची होती.

-- ----------------------------------

ात,किरमिजी रंगाची खोली प्रकाशाने फुलली होती. टॉम आणि मिस बेकर बसले
ांब पलंगाच्या एकतर शेवटी आणि तिने त्याला मोठ्याने वाचले
ानिवार संध्याकाळचे पोस्ट - शब्द,कुरकुर करणारे आणि विचलित नसलेले,धावणारे
ुखदायक ट्यूनमध्ये एकत्र. दिव्याचा प्रकाश,त्याच्या बूटांवर तेजस्वी आणि
ीच्या केसांच्या शरद ऋतूतील पानांवर निस्तेज पिवळे,कागदाच्या बाजूने चमकलेले
ीने तिच्या हातातील पातळ स्नायूंच्या फडफड्यासह एक पान उलटले.

ाम्ही आत आल्यावर तिने उचललेल्या हाताने आम्हाला क्षणभर गप्प बसवले.

चालू ठेवायचे आहे," तिने टेबलावरचे मासिक टाकत म्हटले," आत
ामचा पुढचा अंक. "

ीच्या शरीराने तिच्या गुडघ्याच्या अस्वस्थ हालचालीने स्वतःला ठामपणे सांगितले
ाणि ती
भा राहिला.

दहा वाजले ," तिने टिपणी केली,वरवर पाहता वेळ शोधून काढली
कमाल मर्यादा " या चांगल्या मुलीची झोपायला जाण्याची वेळ आली आहे. "

जॉर्डन उद्या स्पर्धेत खेळणार आहे," डेझीने स्पष्ट केले,
वेस्टचेस्टर येथे संपले. "

अरे - तू जॉर्डन बेकर आहेस . "

ीचा चेहरा ओळखीचा का होता हे मला आता कळले होते - त्याचा आनंददायक
िरस्कार
्या अनेक रोटोग्रॅव्हर चित्रांमधून अभिव्यक्तीने माझ्याकडे पाहिले होते
शेविले आणि हॉट स्प्रिंग्स आणि पाम बीच येथे क्रीडा जीवन. मी ऐकले होते
ीचीही काही कथा,एक गंभीर,अप्रिय कथा,पण ती मी काय होते
ूप पूर्वी विसरलो होतो.

शुभ रात्री," ती हळूच म्हणाली. " मला आठ वाजता उठवा,नाही जमणार. "

तू उठशील तर . "

मी करेन. शुभ रात्री,मिस्टर कॅरावे. भेटूया. "

नक्कीच तुम्ही कराल," डेझीने पुष्टी केली. " खरं तर मला वाटतं मी एक व्यवस्था
रेन
ग्न बऱ्याचदा ये,निक,आणि मी एकप्रकारे - अरे - तुला पळवून लावेन
कत्र तुम्हाला माहीत आहे — तुम्हाला तागाच्या कपाटात चुकून बंद करून टाका
ाणि धक्का द्या
म्ही बोटीतून समुद्रात जाल आणि अशा सर्व गोष्टी -"

चे 137पृष्ठ15

द ग्रेट गॅट्सब

" गुड नाईट," मिस बेकरने पायऱ्यांवरून हाक मारली. " मी ऐकले नाही शब्द "

" ती छान मुलगी आहे," टॉम काही क्षणानंतर म्हणाला. " त्यांनी होऊ देऊ नये ती अशा प्रकारे देशभरात धावते."

" कोणाला पाहिजे ? " डेझीने थंडपणे चौकशी केली.

" तिचे कुटुंब. "

" तिचे कुटुंब एक हजार वर्षे जुनी एक काकू आहे. याशिवाय ,निक तिची काळजी घेणार आहेस,तू नाहीस निक? ती खूप खर्च करणार आहे या उन्हाळ्यात येथे शनिवार व रविवार बाहेर. घरचा प्रभाव असेल असे मला वाटते तिच्यासाठी खूप चांगले. "

डेझी आणि टॉमने क्षणभर शांतपणे एकमेकांकडे पाहिले.

" ती न्यूयॉर्कची आहे का? " मी पटकन विचारले.

" लुईसविले पासून. आमचे गोरे बालपण तिथे एकत्र गेले. आमचे सुंदर पांढरा -"

" व्हरांड्यावर बोलायला तू निकला थोडं दिलस का? " टॉमने अचानक मागणी केली.

" मी? " तिने माझ्याकडे पाहिलं. " मला आठवत नाही वाटत,पण मला वाटतं आम्ही नॉर्डिक वंशाबद्दल बोललो. होय,मला खात्री आहे की आम्ही केले. तो प्रकार crept आमच्यावर आणि तुम्हाला माहित असलेली पहिली गोष्ट -"

तू ,निक " ऐकतोस त्या प्रत्येक गोष्टीवर विश्वास ठेवू नकोस," त्याने मला सल्ला दिला.

मी हलकेच म्हणालो की मी काहीच ऐकले नाही आणि काही मिनिटे नंतर मी घरी जाण्यासाठी उठलो. ते माझ्यासोबत दारात येऊन उभे राहिले प्रकाशाच्या आनंदी चौकात शेजारी शेजारी. जशी मी माझी मोटर चालू केली डेझीने तात्काळ हाक मारली: " थांबा! "

" मी तुला काहीतरी विचारायचे विसरलो,आणि ते महत्वाचे आहे . आम्ही ऐकले की तुम्ही आहात पश्चिमेकडील एका मुलीशी लग्न केले. "

" ते बरोबर आहे ," टॉमने प्रेमळपणे दुजोरा दिला. " आम्ही ऐकले की तू आहेस व्यस्त. "

" हे अपमानास्पद आहे . मी खूप गरीब आहे . "

" पण आम्ही ते ऐकले," डेझीने आग्रह धरला आणि पुन्हा उघडून मला आश्चर्यचकित केले फुलासारख्या मार्गाने. " आम्ही ते तीन लोकांकडून ऐकले,म्हणून ते असावे खरे. "

चे 137पृष्ठ16

द ग्रेट गॅट्सब

र्थात मला माहित होते की ते कशाचा संदर्भ घेत आहेत,परंतु मी तेही नव्हते
स्पष्टपणे व्यस्त. गासिपने बन प्रकाशित केले होते ही वस्तुस्थिती एक होती
पूर्वेला आलो होतो. तुम्ही जुन्यासोबत जाणे थांबवू शकत नाही
फवांमुळे मित्र,आणि दुसरीकडे माझा कोणताही हेतू नव्हता
ग्नाची अफवा आहे.

ांच्या स्वारस्याने मला स्पर्श केला आणि त्यांना दूरस्थपणे कमी केले
ीमंत – तरीही,मी गाडी चालवताना गोंधळलो आणि थोडासा वैतागलो
ाब. मला असे वाटले की डेझीची गोष्ट म्हणजे घाईघाईने बाहेर पडणे
रातील,हातात मूल – पण वरवर पाहता असे काही नव्हते
च्या डोक्यात हेतू. टॉमबद्दल,वस्तुस्थिती अशी की त्याच्याकडे " काही स्त्री होती
यॉर्क मध्ये " तो होता त्यापेक्षा खरोखर कमी आश्चर्यकारक होते
स्तकामुळे उदास. च्या काठावर काहीतरी त्याला कुरतडत होते
ाच्या भक्कम शारीरिक अहंकाराने त्याला पोषण दिले नाही अशा शिळ्या कल्पना
व्याहत हृदय.

ाधीच रोडहाऊसच्या छतावर आणि रस्त्याच्या कडेला कडाक्याचा उन्हाळा होता
ज,जेथे नवीन लाल पेट्रोल पंप प्रकाशाच्या तलावांमध्ये बसले होते,आणि
व्हा मी वेस्ट एग येथील माझ्या इस्टेटमध्ये पोहोचलो तेव्हा मी कार त्याच्या
डखाली चालवली आणि
ावारातील एका सोडलेल्या गवत रोलरवर थोडा वेळ बसलो. वारा होता
द उडवलेला,एक जोरात सोडून,तेजस्वी रात्र,पंख पराभव सह
ाडे आणि एक अखंड अवयव पृथ्वीच्या पूर्ण घुंगराचा आवाज करतात
ीवनाने भरलेल्या बेडूकांना उडवले. चालत्या मांजराचा छायचित्र डगमगला
द्रप्रकाशाच्या पलीकडे,आणि,ते पाहण्यासाठी माझे डोके फिरवताना,मी पाहिले की

कटा नव्हता - पन्नास फूट अंतरावरच्या सावलीतून एक आकृती उभी होती
झ्या शेजाऱ्याचा वाडा आणि खिशात हात घालून उभा होता
 त्यांच्या चांदीच्या मिरचीबद्दल. त्याच्या फुरसतीत काहीतरी
लचाली आणि लॉनवर त्याच्या पायांची सुरक्षित स्थिती सुचवली
स्वतः मिस्टर गॅट्सबी होते,कोणता हिस्सा होता हे ठरवण्यासाठी बाहेर या
ाच्या आमच्या स्थानिक स्वर्गात.

त्याला फोन करायचं ठरवलं. मिस बेकरने रात्रीच्या जेवणात त्याचा उल्लेख केला
ता,आणि
परिचयासाठी करेल. पण मी त्याला फोन केला नाही , त्याच्यासाठी
ाने अचानक सूचना दिली की तो एकटा राहण्यात समाधानी आहे – त्याने ताणले
तूहलाने काळ्या पाण्याकडे त्याचे हात बाहेर काढले,आणि,मी होतो तितके
ाच्याकडून,मी शपथ घेऊ शकलो असतो की तो थरथरत होता. अनैच्छिकपणे मी
नर टाकली
मुद्राच्या दिशेने - आणि एकच हिरवा दिवा,मिनिट वगळता काहीही वेगळे केले नाही
णि खूप दूर,ते डॉकचा शेवट असू शकतो. मी पाहिले तेव्हा
ट्सबीसाठी पुन्हा एकदा तो गायब झाला होता आणि मी पुन्हा एकटा होतो
त अंधार.

ट एग आणि न्यू यॉर्क दरम्यान सुमारे अर्धा रस्ता घाईघाईने मोटर रस्ता

चे 137पृष्ठ17

द ग्रेट गॅट्सब

रेल्वेमार्गात सामील होतो आणि त्याच्या बाजूला एक चतुर्थांश मैल चालतो,म्हणून
जमिनीच्या विशिष्ट निर्जन क्षेत्रापासून दूर जाणे. ही एक दरी आहे
राखेचे - एक विलक्षण शेत जेथे राख गव्हासारखी वाढतात आणि
टेकड्या आणि विचित्र बागा; जिथे राख घरांचे रूप धारण करते आणि
चिमणी आणि वाढता धूर आणि शेवटी,एका उत्तुंग प्रयत्नाने,च्या
राख-राखाडी माणसे,जे मंदपणे हलतात आणि आधीच पावडरमधून कुजत आहेत
हवा अधूनमधून धूसर कारची एक ओळ अदृश्य ट्रॅकवर रेंगाळते,
एक भयंकर चरका बाहेर देते,आणि विश्रांती येते,आणि लगेच
राख-राखाडी माणसे शिसे कुदळ घेऊन वर येतात आणि एक अभेद्य ढवळून निघतात
क्लाउड,जो त्यांच्या अस्पष्ट ऑपरेशन्स तुमच्या नजरेतून स्क्रीन करतो.

पण वर राखाडी जमीन आणि उदास धूळ च्या spasms जे वाहते
त्यावर अविरतपणे,तुम्हाला काही क्षणानंतर,डॉक्टर टी चे डोळे जाणवतात.
जे. एक्लेबर्ग. डॉक्टर टीजे एकलबर्गचे डोळे निळे आहेत
अवाढव्य — त्यांचे रेटिना एक यार्ड उंच आहेत. ते चेहऱ्याशिवाय दिसतात,
पण,त्याऐवजी,प्रचंड पिवळ्या चष्म्याच्या जोडीतून जे पास होते
अस्तित्वात नसलेल्या नाकावर. स्पष्टपणे एक नेत्रशास्त्रज्ञ संच काही जंगली wag
क्वीन्सच्या बरोमध्ये त्याचा सराव करण्यासाठी त्यांना तेथे आणि नंतर
अनंतकाळच्या अंधत्वात बुडाला,किंवा त्यांना विसरून गेला
लांब. पण त्याचे डोळे,अनेक रंगहीन दिवसांनी,सूर्यप्रकाशात थोडे अंधुक झाले
आणि घनदाट डंपिंग ग्राउंडवर पाऊस,पिल्लू.

राखेची दरी एका बाजूला एका लहानशा नदीने वेढलेली आहे,आणि,
बार्जमधून जाण्यासाठी ड्रॉब्रिज वर असतो तेव्हा प्रवासी
वाट पाहणाऱ्या गाड्या अर्ध्या पाऊणपर्यंत निराशाजनक दृश्याकडे टक लावून बघू शकतात
तास तिथे नेहमी किमान एक मिनिटाचा थांबा असतो,आणि तो होता
यामुळे मी टॉम बुकाननच्या शिक्षिकेला पहिल्यांदा भेटले .

त्याच्याकडे एक आहे ही वस्तुस्थिती जिथे जिथे ओळखली जाते तिथे आग्रह धरला गेला. त्याचा
तो लोकप्रिय कॅफेमध्ये आला हे पाहून परिचितांनी नाराजी व्यक्त केली
तिच्याबरोबर आणि,तिला एका टेबलावर सोडून,गप्पा मारत बसलो
ज्याला तो ओळखत होता. तिला बघायची उत्सुकता असली तरी माझी इच्छा नव्हती
तिला भेटायला - पण मी भेटलो. टॉमसोबत मी ट्रेन मधून न्यूयॉर्कला गेलो
दुपारी,आणि जेव्हा आम्ही राखेच्या ढिगाऱ्याजवळ थांबलो तेव्हा त्याने त्याच्या पायाव उडी मारली
आणि,माझी कोपर पकडत,अक्षरशः मला कारमधून बळजबरी केली.

" आम्ही उतरत आहोत," तो आग्रहाने म्हणाला. " तुम्ही माझ्या मुलीला भेटावे अशी माझी इच्छा आहे. "

मला असे वाटते की त्याने लंचमध्ये चांगला करार केला असेल आणि त्याचा दृढनिश्चय
माझी कंपनी हिंसाचाराच्या सीमेवर आहे. वरवरचे गृहितक
रविवारी दुपारी माझ्याकडे यापेक्षा चांगले काही नव्हते.

मी त्याच्या मागोमाग कमी पांढऱ्या धुतलेल्या रेल्वेमार्गाच्या कुंपणावरून गेलो आणि
आम्ही चालत गेलो

चे 137पृष्ठ18

द ग्रेट गॅट्सब

ल्लेबर्गच्या हाताखाली शंभर यार्ड मागे
ात टक लावून पाहणे. चा एक छोटासा ब्लॉक नजरेत असलेली एकमेव इमारत होती
ीक जमिनीच्या काठावर बसलेली पिवळी वीट,एक प्रकारची कॉम्पॅक्ट
व्य मार्ग ते सेवा,आणि पूर्णपणे काहीही संलग्न.
ात असलेल्या तीन दुकानांपैकी एक भाड्याचे आणि दुसरे दुकान होते
भर रेस्टॉरंट,राखेच्या पायवाटेने जवळ आले; तिसरा होता a
ज - दुरुस्ती. जॉर्ज बी. विल्सन. गाड्या विकत घेतल्या. - आणि मी अनुसरण केले
त टॉम.

तील भाग नादुरुस्त आणि उघडे होते; फक्त कार दिसत होती
ळीने झाकलेला फोर्डचा ढिगारा जो अंधुक कोपऱ्यात बसला होता. होते
ना वाटले की,गॅरेजची ही सावली आंधळी असावी आणि ती
य आणि रोमँटिक अपार्टमेंट ओव्हरहेड लपविले होते,तेव्हा
लक स्वतः हात पुसत ऑफिसच्या दारात हजर झाला
वऱ्याच्या तुकड्यावर. तो एक गोरा,आत्माहीन माणूस,रक्तक्षय आणि
स्पष्टपणे देखणा. जेव्हा त्याने आम्हाला पाहिले तेव्हा त्याच्या मनात आशेचा एक
लसर किरण पसरला
ाके निळे डोळे.

ॅलो,विल्सन,म्हातारा," टॉम म्हणाला,त्याला आनंदाने थप्पड मारली
दा व्यवसाय " कसा आहे ? "

ी तक्रार करू शकत नाही ," विल्सनने बिनधास्तपणे उत्तर दिले. " तू कधी आहेस
ा ती गाडी विकणार आहे का? "

ुढच्या आठवड्यात; माझ्याकडे आता माझ्या माणसाने काम केले आहे . "

" खूपच हळू काम करते,नाही का ? "

ाही,तो नाही , " टॉम थंडपणे म्हणाला. " आणि जर तुम्हाला त्याबद्दल असे वाटत
सेल तर,
दाचित मी ते इतरत्र कुठेतरी विकणे चांगले आहे. "

मला असे म्हणायचे नाही , " विल्सनने पटकन स्पष्ट केले. " मला फक्त म्हणायचे
े -"

ाचा आवाज कमी झाला आणि टॉमने अधीरतेने गॅरेजभोवती नजर टाकली.
मला पायऱ्यांवरून पावलांचा आवाज ऐकू आला आणि क्षणार्धात घट्ट
ा महिलेच्या आकृतीने ऑफिसच्या दाराचा प्रकाश रोखला. ती होती
ल्या तीसव्या वर्षी,आणि अशक्तपणे कडक,पण तिने तिचे मांस वाहून नेले
ही महिला करू शकतात म्हणून कामुकपणे. तिचा चेहरा,गडद रंगाच्या कलंकित
च्या वर
cr ê pe-de-chine,मध्ये सौंदर्याचा कोणताही पैलू किंवा चमक नाही,परंतु तेथे
ो नसा जणू तिच्या बद्दल एक ताबडतोब समजण्याजोगा चैतन्य होते
चे शरीर सतत धुमसत होते. ती हळूच हसली आणि चालू लागली
च्या पतीद्वारे जणू तो भूत आहे,टॉमशी हस्तांदोलन केले,
ाच्याकडे डोळे भरून पाहणे. मग तिने तिचे ओठ ओले केले,आणि न
ो वळून तिच्या पतीशी हळूवार,खडबडीत आवाजात बोलली:

" काही खुर्च्या घ्या,का नाही , कोणीतरी बसू शकेल. "

" अरे,नक्कीच," विल्सनने घाईघाईने होकार दिला आणि लहानग्याकडे गेला
कार्यालय,भिंतींच्या सिमेंट रंगात लगेच मिसळले. ए
पांढऱ्या राखेच्या धुळीने त्याचा गडद सूट आणि त्याचे फिकट केस आच्छादित केले होते
परिसरातील सर्व काही - टॉमच्या जवळ गेलेली त्याची पत्नी वगळता.

" मला तुला भेटायचे आहे," टॉम उत्सुकतेने म्हणाला. " पुढच्या ट्रेनमध्ये जा. "

" ठीक आहे. "

" मी तुम्हाला खालच्या स्तरावरील न्यूजस्टँडजवळ भेटेन . "

जॉर्ज विल्सन समोर आल्याप्रमाणे तिने होकार दिला आणि त्याच्यापासून दूर गेली
त्याच्या ऑफिसच्या दारातून दोन खुर्च्या.

आम्ही रस्त्याच्या कडेला आणि नजरेच्या बाहेर तिची वाट पाहत होतो. ते काही दिव होते
चौथ्या जुलैच्या आधी,आणि एक राखाडी,कुरकुरीत इटालियन मूल होते
रेल्वेमार्गाच्या बाजूने एका ओळीत टॉर्पेडो सेट करणे.

" भयानक जागा आहे ना ," टॉम म्हणाला,डॉक्टरांसोबत भुरळ घातली
एकलबर्ग.

" भयानक. "

" तिला दूर जाण्यातच फायदा होतो. "

तिच्या नवऱ्याचा विरोध " नाही का ? "

" विल्सन? त्याला वाटते की ती न्यूयॉर्कमध्ये तिच्या बहिणीला भेटायला जाते. तो त आहे
मूक त्याला माहित नाही की तो जिवंत आहे . "

म्हणून टॉम बुकानन आणि त्याची मुलगी आणि मी एकत्र न्यूयॉर्कला गेलो - किंवा नाही
अगदी एकत्र,मिसेस विल्सन सावधपणे दुसऱ्या गाडीत बसल्या. टॉम
कदाचित त्या पूर्व Eggers च्या संवेदनशीलता जास्त पुढे ढकलले
ट्रेनमध्ये असणे.

तिने तिचा ड्रेस बदलून तपकिरी आकाराच्या मलमलचा केला होता,जो ताणलेला हो
टॉमने तिला प्लॅटफॉर्मवर जाण्यास मदत केली म्हणून तिच्या ऐवजी रुंद नितंबांवर घ
न्यू यॉर्क. न्यूजस्टँडवर तिने टाउन टॅटलची एक प्रत विकत घेतली आणि ए
मूव्हिंग-पिक्चर मॅगझिन आणि स्टेशन औषधांच्या दुकानात काही कोल्ड क्रीम
आणि परफ्यूमचा एक छोटा फ्लास्क. वरच्या मजल्यावर,गंभीर प्रतिध्वनी ड्राइव्हमध्ये
तिने नवीन निवडण्यापूर्वी चार टॅक्सी चालवायला दिल्या,
राखाडी अपहोल्स्ट्रीसह लॅव्हेंडर-रंगाचे,आणि यामधून आम्ही बाहेर सरकलो
तेजस्वी सूर्यप्रकाशात स्टेशनचे वस्तुमान. पण लगेच ती
खिडकीतून झटकन वळले आणि पुढे झुकले,वर टॅप केले
समोरचा काच.

मला त्यापैकी एक कुत्रा मिळवायचा आहे," ती कळकळीने म्हणाली. " मला
ळवायचे आहे
पार्टमेंटसाठी एक. त्यांच्याकडे असणे छान आहे - एक कुत्रा. "

म्ही एका राखाडी म्हाताऱ्या माणसाचा पाठींबा घेतला जो जॉनशी एक हास्यास्पद
म्य आहे
. रॉकफेलर. त्याच्या गळ्यातल्या टोपलीत डझनभर घुटमळले
निश्चित जातीची अलीकडील पिल्ले.

ते कोणत्या प्रकारचे आहेत? " मिसेस विल्सनने उत्सुकतेने विचारले,ते आले
क्सी-खिडकी.

सर्व प्रकार. तुला कोणता प्रकार हवा आहे,बाई? "

मला त्या पोलिस कुत्र्यांपैकी एक मिळवायचा आहे ; मला असे वाटत नाही की
म्हाला मिळाले आहे
ा प्रकारची? "

ा माणसाने संशयाने टोपलीकडे डोकावले,हातात बुडवले आणि
नेच्या मागच्या बाजूने,मुरगळत,वर काढले.

तो पोलिस कुत्रा नाही," टॉम म्हणाला.

नाही,तो पोलिसांचा कुत्रा नाही," तो माणूस निराशेने म्हणाला
ाच्या आवाजात. " हे एक Airedale अधिक आहे . " त्याने हात पुढे केला
ठीचा तपकिरी वॉशरंग. " तो कोट बघ. काही कोट. तो कुत्रा _
तुम्हाला कधीच थंडीमुळे त्रास देणार नाही . "

मला वाटते की ते गोंडस आहे," श्रीमती विल्सन उत्साहाने म्हणाल्या. " किती आहे
? "

तो कुत्रा? " त्याने कौतुकाने पाहिलं. " त्या कुत्र्याला दहा पैसे लागतील
लर्स "

ne Airedale — निःसंशयपणे त्यात संबंधित Airedale होते
ठेतरी,जरी त्याचे पाय आश्चर्यकारकपणे पांढरे होते - हात बदलले आणि
ल्सनच्या मांडीवर स्थायिक झाले ,जिथे तिने प्रेम केले
त्यानंद सह वेदरप्रूफ कोट.

मुलगा आहे की मुलगी? " तिने नाजूकपणे विचारले.

तो कुत्रा? तो कुत्रा मुलगा आहे. "

ही कुत्री आहे ," टॉम निर्णायकपणे म्हणाला. " हे तुमचे पैसे आहेत . जा आणि खरेदी
रा
ाच्यासोबत आणखी दहा कुत्रे. "

ाम्ही फिफ्थ अव्हेन्यूकडे निघालो,उबदार आणि मऊ,जवळजवळ खेडूत,वर
हाळी रविवार दुपार. मला एक उत्कृष्ट पाहून आश्चर्य वाटले नसते
ढऱ्या मेंढ्यांचा कळप कोपरा फिरवतो.

चे 137पृष्ठ21

" थांबा," मी म्हणालो," मला तुला इथे सोडावं लागेल. "

" नाही,तू करू नकोस , " टॉमने पटकन विचारले. जर तुम्हाला दुखापत मर्टलला होई अपार्टमेंटमध्ये येऊ नका . तुला नाही जमणार ,मर्टल? "

" चला," तिने आग्रह केला. " मी माझी बहीण कॅथरीनला फोन करेन . ती म्हणाली _ ज्यांना माहित असले पाहिजे अशा लोकांकडून खूप सुंदर असणे. "

" बरं,मला आवडेल ,पण -"

आम्ही पुढे निघालो,पुन्हा पार्कवरून पश्चिम शेकडोच्या दिशेने परत आलो. 158व्या रस्त्यावर कॅब एका लांब पांढऱ्या केकच्या एका स्लाइसवर थांबली अपार्टमेंट-घरे. सुमारे एक शाही घरवापसी दृष्टीक्षेप टाकणे शेजारी,मिसेस विल्सनने तिचा कुत्रा आणि तिचा दुसरा कुत्रा गोळा केला खरेदी केली आणि उद्धटपणे आत गेला.

" मी मॅककीज आणणार आहे," आम्ही आत येताच तिने घोषणा केली लिफ्ट " आणि अर्थातच,मला माझ्या बहिणीलाही फोन करावा लागला. "

अपार्टमेंट वरच्या मजल्यावर होते - एक लहान लिव्हिंग रूम,एक लहान जेवणाचे खोली,एक लहान शयनकक्ष आणि स्नानगृह. दिवाणखान्यात गर्दी होती पूर्णतः खूप मोठे टेपेस्ट्री केलेल्या फर्निचरच्या सेटसह दारापर्यंत ते,जेणेकरून फिरणे हे दृश्यांवर सतत अडखळत होते व्हर्सायच्या बागांमध्ये झुलत असलेल्या स्त्रिया. फक्त एक चित्र होते अस्पष्ट खडकावर बसलेली कोंबडी,वरवर मोठे केलेले छायाचित्र. दुरून पाहिलं तरी कोंबड्याने स्वतःला ए बोनट,आणि एका कडक वृद्ध महिलेचा चेहरा खाली दिसला खोली टेबलवर टाऊन टॅटलच्या अनेक जुन्या प्रती एकत्र ठेवल्या होत्या सायमन कॉल्ड पीटरची एक प्रत आणि काही लहान स्कँडल मासिके ब्रॉडवे च्या. श्रीमती विल्सन या कुत्र्याशी संबंधित होत्या. एक अनिच्छुक लिफ्टचा मुलगा पेंढा आणि दुधाने भरलेला डबा घेण्यासाठी गेला त्याच्या स्वतः च्या पुढाकाराने मोठ्या,कडक कुत्र्याच्या बिस्किटांचा एक टिन जोडला त्यापैकी एक जे सर्व दुधाच्या बशीत उदासीनपणे विघटित होते दुपारी. इतक्यात टॉमने लॉकमधून व्हिस्कीची बाटली बाहेर काढली ब्युरोचा दरवाजा.

मी माझ्या आयुष्यात फक्त दोनदा नशेत आलो आहे,आणि दुसरी वेळ होती दुपारी; त्यामुळे घडलेल्या प्रत्येक गोष्टीवर एक अंधुक,अस्पष्ट कास्ट आहे, जरी आठ वाजेपर्यंत अपार्टमेंटमध्ये आनंदी वातावरण होते सूर्य टॉमच्या मांडीवर बसलेल्या श्रीमती विल्सनने अनेक लोकांना बोलावले दूरध्वनी; मग सिगारेट नव्हती,आणि मी काही विकत घेण्यासाठी बाहेर पडलो कोपऱ्यावरील औषधांच्या दुकानात. मी परत आलो तेव्हा त्यांच्याकडे दोन्ही होते गायब झाले,म्हणून मी लिव्हिंग रूममध्ये सावधपणे बसलो आणि वाचले सायमनचा अध्याय पीटरला म्हणतात - एकतर ती भयानक सामग्री होती किंवा व्हिस्कीने गोष्टी विकृत केल्या,कारण त्याचा मला काही अर्थ नव्हता .

टॉम आणि मर्टल (पहिल्या पेयानंतर मिसेस विल्सन आणि मी कॉल केला एकमेकांना आमच्या पहिल्या नावाने) पुन्हा दिसू लागले,कंपनी येण्यास सुरुवात झाल

चे 137पृष्ठ22

ार्टमेंटच्या दारात.

ोण,कॅथरीन,तीस वर्षांची एक सडपातळ,सांसारिक मुलगी होती,
ल केसांचा घन,चिकट बॉब आणि रंगीत चूर्ण दुधाचा
ढरा तिच्या भुवया उपटल्या गेल्या होत्या आणि नंतर पुन्हा आणखी वर काढल्या
या होत्या
kish कोण,पण निसर्गाच्या जीर्णोद्धार दिशेने प्रयत्न
या संरेखनाने तिच्या चेहऱ्याला अस्पष्ट हवा दिली. ती फिरली तेव्हा
ंख्य भांडी बांगड्या म्हणून एक सतत क्लिक होते
्या हातावर वर आणि खाली jingled. ती अशी मालकीण घेऊन आत आली
ईघाईने,आणि आजूबाजूला फर्निचरकडे इतक्या आत्मीयतेने पाहिले की मी
इथे राहाते का असे वाटले. पण मी तिला विचारल्यावर ती हसली
ोचारीपणे,माझ्या प्रश्नाची मोठ्याने पुनरावृत्ती केली,आणि मला सांगितले की ती ए
ब्रत राहत होती
टलमध्ये मैत्रीण.

स्टर मॅकी खाली फ्लॅटमधला फिकट,स्त्रीलिंगी पुरुष होता. त्याच्याकडे फक्त होते
ण,कारण त्याच्या गालाच्या हाडावर एक पांढरा डाग होता
ोलीतील प्रत्येकाला अभिवादन करताना तो अत्यंत आदराने वागला. तो
ा कळवले की तो " कलात्मक खेळ " मध्ये होता आणि मी नंतर जमलो
तो एक छायाचित्रकार होता आणि त्याचा अंधुक विस्तार केला होता
सेस विल्सनची आई जी भिंतीवर एक्टोप्लाझमसारखी घिरट्या घालत होती. त्याचा
नी तीक्ष्ण,निस्तेज,देखणी आणि भयानक होती. तिने मला सांगितले
्या पतीने तिचे एकशे सत्तावीस फोटो काढले याचा अभिमान आहे
चे लग्न झाल्यापासून काही वेळा.

सेस विल्सन यांनी काही काळापूर्वी तिचा पोशाख बदलला होता आणि आताही
लला होता
म-रंगाच्या शिफॉनच्या दुपारच्या विस्तृत ड्रेसमध्ये परिधान केलेले,
खोली भोवती फिरत असताना सतत खळबळ उडाली. सह
च्या प्रभाव तिच्या व्यक्तिमत्त्वावरही पडला होता
ल गॅरेजमध्ये इतके उल्लेखनीय राहिलेले प्रखर चैतन्य
ावशाली हॉट्युअरमध्ये रूपांतरित झाले. तिचे हसणे,तिचे हावभाव,तिचे
ंपादन क्षणोक्षणी अधिक हिंसकपणे प्रभावित झाले,आणि ती म्हणून
दिसत नाही तोपर्यंत खोली तिच्या भोवती लहान वाढली
कट हवेतून गोंगाट करणाऱ्या,क्रिकिंग पिव्होटवर फिरणे.

ाझ्या प्रिये," तिने तिच्या बहिणीला मोठ्या आवाजात सांगितले," बहुतेक
ोक तुम्हाला प्रत्येक वेळी फसवतील. ते फक्त पैशाचा विचार करतात. आय
ाच्या आठवड्यात एक स्त्री माझ्या पायांकडे पाहण्यासाठी आली होती आणि जेव्हा
े मला दिले
ल तुम्हाला वाटले होते की तिला माझा ॲपेंडिसाइटिस झाला आहे. "

ाईचं नाव काय होतं? " मिसेस मॅकीने विचारले.

मिसेस एबरहार्ट. ती लोकांच्या पायांकडे पाहत फिरते
. "

" मला तुझा पोशाख आवडतो," मिसेस मॅक्की म्हणाल्या," मला वाटतं ते मोहक आ
"

मिसेस विल्सनने तिरस्काराने भुवया उंचावत प्रशंसा नाकारली.

म्हणाली ," ही एक जुनी गोष्ट " . आहे मी कधी कधी त्यावर सरकते
जेव्हा मी कसा दिसतो याची मला पर्वा नसते . "

" पण मला काय म्हणायचे आहे हे तुला माहीत असेल तर तुला खूप छान वाटते," स
मॅक्की. " जर चेस्टर तुम्हाला फक्त त्या पोझमध्ये आणू शकला असेल तर मला वा
की तो करू शकेल
त्यातून काहीतरी बनवा. "

केसांचा एक पट्टा काढणाऱ्या मिसेस विल्सनकडे आम्ही सर्वांनी शांतपणे पाहिलं
तिच्या डोळ्यांवरून आणि एक तेजस्वी स्मित आमच्याकडे परत पाहिले. श्री.
मॅकीने डोकं एका बाजूला ठेवून तिचं लक्ष वेधून घेतलं आणि मग हलला
त्याचा हात त्याच्या चेहऱ्यासमोर हळू हळू मागे व मागे.

" मला प्रकाश बदलायला हवा," तो एका क्षणानंतर म्हणाला. " मला आवडेल _
वैशिष्ट्यांचे मॉडेलिंग बाहेर आणा. आणि मी पकडण्याचा प्रयत्न करेन
मागचे सर्व केस. "

" मी प्रकाश बदलण्याचा विचार करणार नाही," श्रीमती मॅकी ओरडल्या. " मला वा
ते आहे — "

तिचा नवरा म्हणाला " शे! आणि आम्ही सर्वांनी पुन्हा विषयाकडे पाहिले,
तेव्हा टॉम बुकाननने जांभई दिली आणि त्याच्या पाया पडलो.

" तुमच्याकडे मॅककीजकडे काहीतरी प्यायला आहे," तो म्हणाला. " आणखी काही
बर्फ घ्या आणि
मिनरल वॉटर,मर्टल,प्रत्येकजण झोपण्यापूर्वी. "

" मी त्या मुलाला बर्फाबद्दल सांगितले. " मर्टलने निराशेने तिच्या भुवया उंचावल्या
खालच्या ऑर्डरच्या शिफ्टलेसनेसमध्ये. " हे लोक! आपण करावे लागेल
सर्व वेळ त्यांच्या मागे ठेवा. "

ती माझ्याकडे बघून निरर्थक हसली. मग ती उडाली
कुत्र्याने आनंदाने त्याचे चुंबन घेतले आणि स्वयंपाकघरात घुसले
की डझनभर शेफ तिथे तिच्या ऑर्डरची वाट पाहत होते.

" मी लाँग आयलंडवर काही छान गोष्टी केल्या आहेत," मिस्टर मॅकी यांनी ठामपणे
सांगितले.

टॉमने त्याच्याकडे रिकाम्या नजरेने पाहिले.

" त्यापैकी दोन आम्ही खाली तयार केले आहेत. "

" दोन काय? " टॉमने मागणी केली.

" दोन अभ्यास. त्यापैकी एकाला मी मॉन्टौक पॉइंट - द गल्स आणि द
इतरांना मी मॉन्टौक पॉइंट - द सी म्हणतो. "

ोण कॅथरीन माझ्या बाजूला सोफ्यावर बसली.

तुम्हीही लाँग आयलंडवर राहतात का? " तिने चौकशी केली.

मी वेस्ट एग येथे राहतो. "

खरंच? मी एका महिन्यापूर्वी एका पार्टीत गेलो होतो. नावाच्या माणसावर
सबीचे . _ तुम्ही त्याला ओळखता? "

मी त्याच्या शेजारी राहतो. "

ग्रं,ते म्हणतात की तो पुतण्या आहे किंवा कैसर विल्हेल्मचा चुलत भाऊ आहे . ते _

ाचा सर्व पैसा कुठून येतो. "

खरंच? "

ने होकार दिला.

मला त्याची भीती वाटते . मला तिरस्कार वाटतो की त्याने माझ्यावर काहीही केले
हिजे. "

झ्या शेजाऱ्याबद्दलची ही शोषक माहिती सौ.
के अचानक कॅथरीनकडे बोट दाखवतो :

चेस्टर,मला वाटतं तू तिच्यासोबत काहीतरी करू शकशील," ती बाहेर आली,पण
स्टर मॅकीने फक्त कंटाळलेल्या पद्धतीने होकार दिला आणि त्याचे लक्ष टॉमकडे
ठवले.

ा प्रवेश मिळाला तर मला लाँग आयलंडवर आणखी काम करायला आवडेल .
फक्त एवढीच विनंती करतो की त्यांनी मला सुरुवात करावी. "

मार्टलला विचारा," टॉम म्हणाला,हसत हसत लहानसा ओरडत
मिसेस विल्सन ट्रे घेऊन आत शिरल्या. " ती तुला एक पत्र देईल
रिचय,नाही का ,मर्टल? "

काय करू? " तिने चकित होऊन विचारले.

तुम्ही मॅकीला तुमच्या पतीला परिचय पत्र द्याल,जेणेकरून तो करू शकेल
ांचा काही अभ्यास करा. " त्याचे ओठ क्षणभर शांतपणे हलले
ध लावला,'" गॅसोलीन पंपावर जॉर्ज बी. विल्सन ' किंवा असे काहीतरी
"

थरीन माझ्या जवळ झुकली आणि माझ्या कानात कुजबुजली:

त्या दोघांपैकी कोणीही ज्याच्याशी लग्न केले आहे त्या व्यक्तीला उभे करू शकत
ही . "

' करू शकत नाहीत का? "

न त्यांना सहन “ नाही . ” तिने मर्टलकडे आणि नंतर टॉमकडे पाहिले. " मी काय
गतो
कत नसतील तर त्यांच्यासोबत का राहायचे ? जर मी त्यांना असतो

मी घटस्फोट घेईन आणि लगेचच एकमेकांशी लग्न करेन. "

तिलाही विल्सन आवडत " नाही का ? "

याचे उत्तर अनपेक्षित होते. तो मर्टल,कोण होता
प्रश्न ऐकला,आणि तो हिंसक आणि अश्लील होता.

" तुम्ही पाहा," कॅथरीन विजयीपणे ओरडली. तिने पुन्हा आवाज कमी केला.
" खरोखर त्याची बायकोच त्यांना वेगळं ठेवत आहे . ती कॅथोलिक आहे आणि
त्यांचा घटस्फोटावर विश्वास नाही . "

डेझी ही कॅथलिक नव्हती आणि मला थोडा धक्का बसला
खोटेपणाचे स्पष्टीकरण.

" जेव्हा ते लग्न करतात," कॅथरीन पुढे म्हणाली," ते पश्चिमेकडे जाणार आहेत
तो उडून जाईपर्यंत काही काळ जगणे. "

" युरोपला जाणे अधिक विवेकपूर्ण असेल . "

" अरे,तुला युरोप आवडतो का? " ती आश्चर्याने उद्गारली. " मी नुकताच परत आलो
मोंटे कार्लो पासून. "

" खरंच. "

" गेल्या वर्षीच. मी दुसऱ्या मुलीसोबत तिथे गेलो. "

" लांब राहायचे? "

" नाही,आम्ही आत्ताच मॉन्टे कार्लोला गेलो आणि परत. आम्ही वाटेने निघालो
मार्सेलिस. आम्ही सुरुवात केली तेव्हा आमच्याकडे बाराशे डॉलर्स होते,पण आम्ही
खाजगी खोल्यांमध्ये दोन दिवसांत हे सर्व बाहेर पडले. आमच्याकडे एक होते
परत येण्याची भयानक वेळ,मी तुम्हाला सांगू शकतो. देवा,मी त्या गावाचा किती
तिरस्कार केला! "

दुपारच्या उशिरा आभाळ खिडकीत जणू क्षणभर फुलले
भूमध्यसागरीयचा निळा मध — मग मिसेस मॅकीचा कर्कश आवाज
मला परत खोलीत बोलावले.

" मीही जवळजवळ चूक केली आहे," तिने जोरदारपणे घोषित केले. " मी जवळजव
एका छोट्या किकशी लग्न केले जी माझ्या मागे वर्षानुवर्षे होती. तो होता हे मला
माहीत होतं
माझ्या खाली. प्रत्येकजण मला म्हणत राहिला: ' ल्युसिल,तो माणूस खाली आहे
तू! ' पण जर मी चेस्टरला भेटलो नसतो तर त्याने मला खात्री दिली होती. "

" हो,पण ऐका," मर्टल विल्सनने तिचे डोके वर आणि खाली मान हलवत म्हटले.
" किमान तू त्याच्याशी लग्न केले नाहीस . "

" मला माहित आहे मी नाही . "

" ठीक आहे,मी त्याच्याशी लग्न केले आहे," मर्टल संदिग्धपणे म्हणाला. " आणि ते
आहे
तुमच्या आणि माझ्या केसमध्ये फरक. "

चे 137पृष्ठ26

तू का,मर्टल? " कॅथरीनने मागणी केली. " तुम्हाला कोणीही जबरदस्ती केली नाही. "

र्टल मानले.

मी त्याच्याशी लग्न केले कारण मला वाटले की तो एक सज्जन आहे," ती म्हणाली
वटी " मला वाटले की त्याला प्रजननाबद्दल काहीतरी माहित आहे,परंतु तो नाही
झा जोडा चाटण्यास फिट आहे. "

थरीन म्हणाली ," तुम्ही काही काळ त्याच्याबद्दल वेडे होता .

त्याच्याबद्दल वेडा! " मर्टल अविश्वासाने ओरडला. " कोण म्हणाले मी वेडा आहे
ाच्या बद्दल? मी त्याच्याबद्दल जितका वेडा होतो तितका मी कधीच नव्हतो
थे माणूस. "

ने अचानक माझ्याकडे बोट दाखवले आणि सर्वांनी माझ्याकडे आरोप करून पाहिले.
ाय
ला प्रेमाची अपेक्षा नाही हे माझ्या अभिव्यक्तीने दाखवण्याचा प्रयत्न केला.

जेव्हा मी त्याच्याशी लग्न केले तेव्हा मी फक्त वेडा होतो. मला लगेच कळले मी
नवले
क. त्याने लग्न करण्यासाठी कोणाचा तरी चांगला सूट घेतला होता आणि
ला त्याबद्दल कधीच सांगितलेही नाही आणि तो माणूस एके दिवशी त्याच्या मागे
ला
हेर होता: ' अरे,तो तुझा सूट आहे का? ' मी बोललो, ' हा मी पहिलाच आहे
ाबद्दल ऐकले. ' पण मी ते त्याला दिले आणि मग मी झोपलो आणि ओरडलो
गारभर बंड वाजवा. "

तिने खरोखरच त्याच्यापासून दूर गेले पाहिजे," कॅथरीनने माझ्याकडे पुन्हा सांगितले.
ते अकरा वर्षांपासून त्या गॅरेजवर राहत आहेत . आणि टॉमचा _
ची पहिली स्वीटी. "

हेस्कीच्या बाटलीला - दुसरी - आता सर्वांची सतत मागणी होती
ास्थित,कॅथरीन वगळता,ज्याला " काहीच नाही इतके चांगले वाटले
र्व टॉमने रखवालदारासाठी फोन केला आणि त्याला काही उत्सवासाठी पाठवले
डविच,जे स्वत: मध्ये एक पूर्ण रात्रीचे जेवण होते. मला हवे होते
हेर पडा आणि मऊ संधिप्रकाशातून उद्यानाच्या दिशेने पूर्वेकडे चालत जा,
ग प्रत्येक वेळी मी जाण्याचा प्रयत्न केला तेव्हा मी कोणत्यातरी जंगली,ताटकळत
डकलो
द ज्याने मला मागे ओढले,जणू दोरीने,माझ्या खुर्चीवर. अद्याप
हराच्या उंचावर असलेल्या आमच्या पिवळ्या खिडक्यांच्या ओळीने नक्कीच योगदान
ले असेल
धारात अनौपचारिक निरीक्षकांना मानवी गुप्ततेचा त्यांचा वाटा
त्यावर,आणि मी त्याला देखील पाहिले,वर पाहत आणि आश्चर्यचकित झाले. मी
ात होतो आणि
करता,एकाच वेळी मंत्रमुग्ध आणि अक्षय द्वारे दूर केले
विनाची विविधता.

र्टलने तिची खुर्ची माझ्या जवळ ओढली आणि अचानक तिचा उबदार श्वास सुटला
मसोबतच्या तिच्या पहिल्या भेटीची गोष्ट माझ्यावर ओतली.

चे 137पृष्ठ27

“ हे दोन छोट्या आसनांवर एकमेकांसमोर उभे होते जे नेहमी असतात
शेवटचे ट्रेनमध्ये सोडले. मी भेटायला न्यूयॉर्कला जात होतो
बहीण आणि रात्र घालवा. त्याच्याकडे ड्रेस सूट आणि पेटंट लेदर होता
शूज,आणि मी माझी नजर त्याच्यापासून दूर ठेवू शकलो नाही,परंतु प्रत्येक वेळी त्यान
पाहिले
मला त्याच्यावरची जाहिरात पाहत असल्याचा आव आणावा लागला
डोके आम्ही स्टेशनवर आलो तेव्हा तो माझ्या शेजारी होता आणि त्याचा गोरा
शर्टफ्रंट माझ्या हातावर दाबला आणि म्हणून मी त्याला सांगितले की मला कॉल
करावा लागेल
एक पोलीस,पण मी खोटे बोललो हे त्याला माहीत होते. मी आत गेल्यावर खूप उत्सा
होतो
त्याच्याबरोबर एक टॅक्सी मला माहित नव्हते की मी भुयारी मार्गात जात नाही
ट्रेन ' तुम्ही जगू शकत नाही ' हाच मी वारंवार विचार करत होतो
कायमचे; आपण कायमचे जगू शकत ' . नाही"

ती मिसेस मॅकीकडे वळली आणि खोली तिच्या कृत्रिमतेने भरून गेली
हशा

“ माझ्या प्रिये,” ती “ , ओरडली मी तुला हा ड्रेस देईन
त्याद्वारे. मला उद्या अजून एक घ्यायचं आहे . मी जात आहे
मला मिळणाऱ्या सर्व गोष्टींची यादी बनवा . एक मालिश आणि एक लहर,
आणि कुत्र्यासाठी कॉलर,आणि त्या गोंडस छोट्या ऍशट्रेपैकी एक
तुम्ही वसंत ऋतुला स्पर्श करता आणि मातेसाठी काळ्या रेशमी धनुष्यासह पुष्पहार
घालता
संपूर्ण उन्हाळ्यात टिकेल . मला एक यादी लिहायची आहे म्हणून मी करणार नाही
मला करायच्या असलेल्या सर्व गोष्टी विसरा. "

वाजले होते - जवळजवळ लगेचच मी माझ्या घड्याळाकडे पाहिले
आणि ते दहा असल्याचे आढळले. मिस्टर मॅकी खुर्चीवर मुठीत घेऊन झोपले होते
कृतीशील माणसाच्या छायाचित्राप्रमाणे,त्याच्या मांडीवर घट्ट बसलेला. बाहेर काढत
आहे
माझ्या रुमालाने मी त्याच्या गालावरून वाळलेल्या साबणाची जागा पुसली
दुपारभर माझी काळजी होती.

छोटा कुत्रा टेबलावर आंधळ्या डोळ्यांनी बघत बसला होता
धुरातून,आणि वेळोवेळी मंदपणे ओरडणे. लोक
गायब झाले,पुन्हा दिसले,कुठेतरी जाण्याचे बेत केले आणि नंतर हरवले
एकमेकांना शोधले,एकमेकांना काही फूट सापडले
लांब. मध्यरात्री काही वेळ टॉम बुकानन आणि मिसेस विल्सन उभे राहिले
समोरासमोर चर्चा,भावुक आवाजात,मिसेस विल्सन असो
डेझीच्या नावाचा उल्लेख करण्याचा अधिकार होता .

" डेझी! डेझी! डेझी! " मिसेस विल्सन ओरडल्या. " मी जेव्हाही सांगेन
इच्छित! डेझी! दाई —"

टॉम बुकाननने एक छोटी हालचाल करून तिचे नाक तोडले
उघडे हात.

नंतर बाथरूमच्या मजल्यावर रक्ताने माखलेले टॉवेल होते आणि महिलांचे
वाज scolding,आणि गोंधळ एक लांब तुटलेली विलाप प्रती उच्च
ना मिस्टर मॅकी त्याच्या झोपेतून जागे झाले आणि स्तब्धतेच्या दिशेने जाऊ लागले
र अर्ध्या वाटेने गेल्यावर त्याने मागे वळून बघितले
य — त्यांची पत्नी आणि कॅथरीन अडखळत असताना त्यांना फटकारणे आणि
त्वन देणे
कडे-तिकडे गर्दीच्या फर्निचरमध्ये मदतीचे सामान आणि
ंगावरील निराशाजनक आकृती,अस्खलितपणे रक्तस्त्राव होत आहे आणि प्रयत्न
रत आहे
ा टेपेस्ट्री दृश्यांवर टाउन टॅटलची प्रत पसरवली
र्साय. मग मिस्टर मॅकी वळले आणि दाराबाहेर चालू लागले.
ब्राकडून माझी टोपी घेऊन मी मागे गेलो.

कुठल्यातरी दिवशी दुपारच्या जेवणाला या," आम्ही खाली आक्रोश करत असताना
नि सुचवले
फ्ट

कुठे? "

कुठेही. "

तुमचे हात लीव्हरपासून दूर ठेवा," लिफ्टचा मुलगा म्हणाला.

मी क्षमा मागतो," मिस्टर मॅकी सन्मानाने म्हणाले," मला माहित नव्हते की मी आहे
ला स्पर्श करणे. "

ठीक आहे," मी मान्य केले," मला आनंद होईल . "

मी त्याच्या पलंगाच्या बाजूला उभा होतो आणि तो उठून बसला होता
दर,त्याच्या अंडरवेअरमध्ये,त्याच्या हातात एक उत्तम पोर्टफोलिओ.

सौंदर्य आणि पशू ... एकाकीपणा ... जुना किराणा घोडा ... ब्रूक एन
ा ..."

मी खालच्या थंडीत अर्धवट झोपलो होतो
सिल्व्हेनिया स्टेशन,सकाळच्या ट्रिब्यूनकडे पहात आहे आणि वाट पाहत आहे
र वाजताची ट्रेन.

ह्याळ्याच्या रात्री माझ्या शेजारच्या घरातून संगीत येत असे .
ाच्या निळ्या बागांमध्ये पुरुष आणि मुली पतंगांप्रमाणे आल्या आणि गेल्या
नबुज आणि शॅम्पेन आणि तारे. मध्ये उच्च भरतीच्या वेळी
ारी मी त्याच्या पाहुण्यांना त्याच्या राफ्टच्या टॉवरवरून डायव्हिंग करताना पाहिले,
वा
ाच्या दोन मोटरबोटींनी समुद्रकिनाऱ्याच्या उष्ण वाळूवर सूर्यप्रकाश घेतला
ा मोतीबिंदू वर aquaplanes रेखांकन,ध्वनी च्या पाणी slit
प वीकेंडला त्याची रोल्स रॉयस सर्वज्ञ बनली,पार्ट्या देणारी
काळी नऊ आणि खूप पूर्वीच्या दरम्यान शहराकडे आणि तेथून
यरात्री,त्याच्या स्टेशन वॅगनने एका तेजस्वी पिवळ्या बगप्रमाणे पळ काढला

द ग्रेट गॅट्सब

सर्व गाड्या भेटा. आणि सोमवारी आठ नोकर,एक जादा
माळी,मॉप्स आणि स्क्रबिंग-ब्रश आणि हातोड्याने दिवसभर कष्ट केले
आणि बाग-कातरणे,आदल्या रात्रीची नासधूस दुरुस्त करणे.

दर शुक्रवारी संत्री आणि लिंबाच्या पाच क्रेट ए
न्यू यॉर्कमध्ये फळ देणारे - दर सोमवारी हीच संत्री आणि लिंबू उरतात
पल्पलेस अर्ध्या पिरॅमिडमध्ये त्याचा मागचा दरवाजा. मध्ये एक मशीन होते
ज्या स्वयंपाकघरात दोनशे संत्र्यांचा रस काढता येतो
अर्ध्या तासाने थोडेसे बटण दोनशे वेळा दाबल्यास a
बटलरचा अंगठा .

पंधरवड्यातून एकदा तरी केटरर्सची तुकडी अनेकांसह खाली यायची
ख्रिसमस करण्यासाठी शंभर फूट कॅनव्हास आणि पुरेसे रंगीत दिवे
गॅट्सबीच्या प्रचंड बागेचे झाड . बुफे टेबलवर,सुशोभित केलेले
चकचकीत हॉर्स-डी ' ओव्हरे,मसालेदार बेक्ड हॅम्सच्या सॅलड्सच्या विरुद्ध गर्दी
हारलेक्विन डिझाईन्स आणि पेस्ट्री डुकरांना आणि टर्की एक गडद करण्यासाठी मोहित
सोने मुख्य हॉलमध्ये खरी पितळी रेल असलेली बार उभारण्यात आली होती,आणि
जिन्स आणि लिकर आणि कॉर्डिअल्सने साठा केला आहे ते इतके दिवस विसरले ह
त्याच्या बहुतेक महिला पाहुण्या एकमेकांना ओळखण्यासाठी खूप लहान होत्या.

सात वाजेपर्यंत ऑर्केस्ट्रा आला आहे,पाच तुकड्यांचे कोणतेही पातळ प्रकरण नाही,
पण ओबो आणि ट्रॉम्बोन आणि सॅक्सोफोन्स आणि व्हायल्सचा संपूर्ण खड्डा आणि
कॉर्नेट आणि पिकोलोस आणि कमी आणि उच्च ड्रम. शेवटच्या जलतरणपटूंकडे अ
आता समुद्रकिनाऱ्यावरून आत या आणि वरच्या मजल्यावर कपडे घालत आहात;
पासून गाड्या
न्यू यॉर्क ड्राइव्ह मध्ये पाच खोल पार्क आहेत,आणि आधीच हॉल आणि
सलून आणि व्हरांडा प्राथमिक रंगांसह भडक आहेत,आणि केस नीट केलेले आहेत
विचित्र नवीन मार्ग,आणि कॅस्टिलच्या स्वप्नांच्या पलीकडे शाल. बार आहे
पूर्ण जोमाने,आणि कॉकटेलच्या तरंगत्या फेऱ्या बागेत पसरतात
बाहेर,जोपर्यंत हवा बडबड आणि हशा आणि प्रासंगिक आहे
innuendo आणि परिचय जागेवरच विसरलेले,आणि उत्साही
एकमेकांची नावे कधीच माहीत नसलेल्या महिलांमधील बैठका .

जसजसे पृथ्वी सूर्यापासून दूर जाते तसतसे दिवे अधिक उजळ होतात आणि
आता ऑर्केस्ट्रा पिवळे कॉकटेल संगीत वाजवत आहे,आणि ऑपेरा
आवाज एक उच्च की पिच. हसणे क्षणोक्षणी सोपे आहे,
उधळपट्टीने सांडलेले,आनंदी शब्दाने टिपलेले. गट
अधिक वेगाने बदला,नवीन आगमनांसह फुगणे,विरघळणे आणि मध्ये तयार करणे
समान श्वास; आधीच विणकाम करणाऱ्या भटक्या,आत्मविश्वासू मुली आहेत
इकडे तिकडे कडक आणि अधिक स्थिर,तीक्ष्ण व्हा,
आनंदाचा क्षण समूहाचा केंद्रबिंदू,आणि नंतर,विजयाने उत्साहित,
चेहरा आणि आवाज आणि रंगाच्या समुद्रातील बदलातून पुढे सरकत जा
सतत बदलणारा प्रकाश.

अचानक या जिप्सींपैकी एक,थरथरत्या ओपलमध्ये,कॉकटेल पकडतो
हवेतून,धैर्यासाठी ते खाली टाकते आणि,जसे तिचे हात हलवत होते
फ्रिस्को,कॅनव्हास प्लॅटफॉर्मवर एकटाच नाचतो. क्षणिक शांतता; द

द ग्रेट गॅट्सब

ॉर्केस्ट्रा लीडर तिच्यासाठी बंधनकारकपणे त्याची लय बदलतो आणि तेथे आहे
 गिल्डा असल्याची चुकीची बातमी पसरल्याने गदारोळ झाला
ॉलीज कडून ग्रेचा . अभ्यास पक्षाला सुरुवात झाली आहे.

ला विश्वास आहे की पहिल्या रात्री मी गॅट्सबीच्या घरी गेलो होतो तेव्हा मी एक
तो
ाही अतिथींपैकी ज्यांना प्रत्यक्षात आमंत्रित केले होते. लोक नव्हते
ामंत्रित केले - ते तेथे गेले. ते ऑटोमोबाईलमध्ये चढले ज्यामुळे त्यांना कंटाळा आला
ट्सबीच्या दारापाशी पोहोचले . एकदा तिथे
ांची ओळख गॅट्सबीच्या ओळखीच्या कोणीतरी करून दिली होती आणि त्यानंतर
ांनी
बंधित वर्तनाच्या नियमांनुसार स्वतःचे आयोजन केले
क मनोरंजन पार्क सह. कधी न येता ते गेले
जिबात गॅट्सबीला भेटले,मनाच्या साधेपणाने पार्टीसाठी आले
वेशाचे स्वतःचे तिकीट होते.

ला खरे तर आमंत्रित केले होते. रॉबिनच्या अंड्याच्या गणवेशातील चालक
ळ्याने त्या शनिवारी सकाळी लवकर माझे लॉन ओलांडले
ाच्या नियोक्त्याकडून औपचारिक नोट: सन्मान पूर्णपणे गॅट्सबीचा असेल ,
छोट्या पार्टीला " उपस्थित राहिलो . त्याने पाहिले होते
 अनेक वेळा,आणि खूप आधी मला कॉल करण्याचा हेतू होता,पण a
रिस्थितीच्या विचित्र संयोजनाने ते रोखले होते — जयने स्वाक्षरी केली
ट्सबी,एका भव्य हातात.

ढऱ्या फ्लॅनेलचे कपडे घालून मी थोड्या वेळाने त्याच्या लॉनवर गेलो
ात,आणि भोवळ आणि eddies मध्ये आरामात ऐवजी आजारी भटकत
हित नसलेल्या लोकांपैकी - जरी इथे आणि तिथे एक चेहरा माझ्या लक्षात आला
ता
वास करणाऱ्या ट्रेनमध्ये. च्या नंबरने मला लगेच धक्का बसला
रुण इंग्रज सुमारे ठिपके; सर्व चांगले कपडे घातलेले,सर्व थोडेसे दिसत आहेत
केले,आणि सर्वजण खालच्या;कळकळीच्या आवाजात बोलत आहेत
मेरिकन. मला खात्री होती की ते काहीतरी विकत आहेत: रोखे किंवा
मा किंवा वाहन. त्यांना किमान वेदनादायक जाणीव होती
ासपासचे सोपे पैसे आणि खात्री पटली की ते त्यांचेच आहेत
ग्य की मध्ये शब्द.

 येताच मी माझ्या यजमानांना शोधण्याचा प्रयत्न केला,पण दोघे किंवा
 त्याचा ठावठिकाणा विचारलेल्या तीन जणांनी माझ्याकडे टक लावून पाहिलं
श्चर्यचकित मार्गाने,आणि त्याच्या हालचालींबद्दल कोणतेही ज्ञान इतके तीव्रपणे
कारले,
ा मी कॉकटेल टेबलच्या दिशेने आलो - एकमेव जागा
गेत जिथे एकटा माणूस न बघता रेंगाळू शकतो
शहीन आणि एकटे.

व्वळ लाजिरवाणेपणाने मी गर्जना नशेत जाण्याच्या मार्गावर होतो
ॉर्डन बेकर घरातून बाहेर आला आणि मार्बलच्या डोक्यावर उभा राहिला
वले,थोडे मागे झुकत आणि तुच्छतेने पाहत
गेत स्वारस्य.

स्वागत असो वा नसो,मला स्वतःला कोणाशी तरी जोडणे आवश्यक वाटले
मी वाटसरूंना सौहार्दपूर्ण टिपण्णी करण्यास सुरुवात करण्यापूर्वी.

" नमस्कार! " मी गर्जना करत तिच्याकडे सरकलो. माझा आवाज अनैसर्गिक वाटत होता
बागेत जोरात.

" मला वाटलं तू इथे असेल," मी वर आलो तेव्हा तिने अनुपस्थितपणे प्रतिसाद दिला.
" मला आठवतं तू शेजारी राहतेस -"

माझी काळजी घेईल असे वचन म्हणून तिने व्यक्तिशः माझा हात धरला
एका मिनिटात,आणि दोन पिवळ्या कपड्यांमध्ये दोन मुलींना कान दिले,कोण
पायऱ्यांच्या पायथ्याशी थांबलो.

" नमस्कार! " ते एकत्र ओरडले. " माफ करा तू जिंकला नाहीस . "

ते गोल्फ स्पर्धेसाठी होते. ती आठवड्यात फायनलमध्ये हरली होती
आधी

" आम्ही कोण आहोत हे तुम्हाला माहीत नाही , " पिवळ्या रंगातील एक मुलगी म्हणाली," पण आम्ही
एक महिन्यापूर्वी तुला इथे भेटलो. "

" तू तेव्हापासून आपले केस रंगवले आहेत," जॉर्डनने टिप्पणी केली आणि मी सुरुवा केली,
पण मुली अनौपचारिकपणे पुढे गेल्या होत्या आणि तिची टिप्पणी त्यांना संबोधित करण्यात आली
अकाली चंद्र,रात्रीच्या जेवणाप्रमाणे उत्पादित,यात काही शंका नाही,एक बाहेर
केटररची टोपली . जॉर्डनचा सडपातळ सोनेरी हात माझ्यात विसावला आहे,आम्ही
पायऱ्या उतरून बागेत फिरलो. ची ट्रे
संधिप्रकाशात कॉकटेल आमच्याकडे तरंगत होते आणि आम्ही खाली बसलो
पिवळ्या रंगाच्या दोन मुली आणि तीन पुरुषांसह टेबल,प्रत्येकाने ओळख करून दिर्ल
आमच्यासाठी मिस्टर मुंबळे म्हणून.

" तुम्ही या पार्ट्यांना वारंवार येता का? " जॉर्डनने मुलीची चौकशी केली
तिच्या शेजारी.

" शेवटचा मी तुला भेटलो होतो," मुलीने उत्तर दिले
सावध आत्मविश्वास आवाज. ती तिच्या सोबत्याकडे वळली: त्यासाठी " नाही तू,ल्युसिल? "

ते ल्युसिलसाठीही होते.

" मला यायला आवडते," ल्युसिल म्हणाली. " मी काय करतो याची मला कधीच पव नाही,म्हणून मी नेहमी
तुमचा वेळ चांगला जावो मी शेवटचा येथे होतो तेव्हा मी माझा गाऊन खुर्चीवर फाड आणि
त्याने मला माझे नाव आणि पत्ता विचारला — एका आठवड्याच्या आत मला एक पॅकेज मिळाले
Croirier s' एक नवीन संध्याकाळच्या गाऊनसह. "

तुम्ही ठेवलं का? " जॉर्डनने विचारले.

नक्कीच मी केले. मी आज रात्री ते घालणार होतो,पण ते खूप मोठे होते द्वाळे आणि बदलणे आवश्यक होते. ते लैव्हेंडर मणीसह गॅस निळे होते. दोन भर आणि पासष्ट डॉलर्स. "

एखाद्या व्यक्तीबद्दल काहीतरी मजेदार आहे जे असे काहीतरी करेल , " सरी मुलगी उत्सुकतेने म्हणाली. " त्याला कोणताही त्रास नको आहे गेणीही "

कोणाला नाही ? " मी चौकशी केली.

गॅट्सबी. मला कोणीतरी सांगीतले -"

न मुली आणि जॉर्डन गुप्तपणे एकत्र झुकले.

कोणीतरी मला सांगितले की त्यांना वाटले की त्याने एकदा एका माणसाला मारले. "

ाम्हा सर्वांच्या अंगावर एक थरार पसरला. तीन मिस्टर मुंबल्स पुढे वाकले आणि त्सुकतेने ऐकले.

मला वाटत नाही की ते इतके आहे ," ल्युसिलने संशयाने युक्तिवाद केला; " हे आहे

द्धादरम्यान तो जर्मन गुप्तहेर होता. "

काने पुष्टी म्हणून होकार दिला.

मी ऐकले की एका माणसाकडून ज्याला त्याच्याबद्दल सर्व माहिती आहे,तो याच्याबरोबर वाढला र्मनी," त्याने आम्हाला सकारात्मक आश्वासन दिले.

अरे,नाही," पहिली मुलगी म्हणाली,असं होऊ " शकत नाही ,कारण तो आत होता द्धादरम्यान अमेरिकन सैन्य. " आमची विश्वासार्हता परत चालू झाली उत्साहाने पुढे झुकली. " तुम्ही कधीतरी त्याच्याकडे पहा व्हा त्याला वाटते की कोणीही त्याच्याकडे पाहत नाही. मी पैज लावतो की त्याने का माणसाला मारले. "

ने डोळे मिटले आणि थरथर कापले. ल्युसिल हादरली. आम्ही सगळे वळलो ाणि गॅटस्बी साठी आजूबाजूला पाहिले. रोमॅंटिकची साक्ष होती ांच्याकडून त्याच्याबद्दल कुजबुज होते असा अंदाज त्याने प्रेरित केला ांना याबद्दल कुजबुज करणे आवश्यक आहे असे थोडेसे आढळले होते ग

हिले रात्रीचे जेवण - मध्यरात्रीनंतर दुसरे जेवण होईल - आता होते वा केली,आणि जॉर्डनने मला तिच्या स्वतःच्या पक्षात सामील होण्यासाठी आमंत्रित ले,जे होते गेच्या दुसऱ्या बाजूला टेबलाभोवती पसरलेले. तेथे होते न विवाहित जोडपे आणि जॉर्डनचा एस्कॉर्ट ,एक सतत पदवीधर सक innuendo दिले,आणि स्पष्टपणे की छाप अंतर्गत तक्या लवकर किंवा नंतर जॉर्डन तिला तिच्या व्यक्तीला एक करण्यासाठी देईल

चे 137पृष्ठ33

जास्त किंवा कमी पद्वी. भटकंती करण्याऐवजी या पक्षाला होते
एक सन्माननीय एकजिनसीपणा जपला,आणि स्वतःच कार्य गृहीत धरले
ग्रामीण भागातील स्थिर खानदानी लोकांचे प्रतिनिधित्व करणारे - पूर्व अंडी
वेस्ट एगकडे विनम्रपणे आणि त्याच्यापासून सावधगिरीने सावध रहा
स्पेक्ट्रोस्कोपिक आनंद.

" चला बाहेर पडू," जॉर्डनने कुजबुजले,काहीसे व्यर्थ आणि
अयोग्य अर्धा तास; " हे माझ्यासाठी खूप सभ्य आहे. "

आम्ही उठलो,आणि तिने स्पष्ट केले की आम्ही यजमान शोधणार आहोत: मी
ती म्हणाली की मी त्याला कधीही भेटलो नाही आणि ते मला अस्वस्थ करत होते. द
अंडरग्रेजुएटने निंदक,खिन्नपणे होकार दिला.

बार,जिथे आम्ही पहिले,तिथे गर्दी होती,पण गॅट्सबी नव्हता
तेथे. ती त्याला पायऱ्यांवरून शोधू शकली नाही,आणि तो नव्हता
व्हरांड्यावर. एक संधी आम्ही एक महत्त्वाचा दिसणारा दरवाजा प्रयत्न केला,आणि
एका उच्च गॉथिक लायब्ररीत गेलो,कोरीव इंग्लिश ओकने पॅनेल,
आणि कदाचित परदेशातील काही अवशेषातून पूर्ण वाहतूक केली.

घुबडाच्या डोळ्यांचा प्रचंड चष्मा असलेला एक मध्यमवयीन माणूस होता
एका भल्यामोठ्या टेबलाच्या काठावर काहीसा मद्यधुंद होऊन बसलेला,टक लावून
पाहतो
पुस्तकांच्या शेल्फवर अस्थिर एकाग्रता. आम्ही आत प्रवेश करताच तो
उत्साहाने आजूबाजूला चाक फिरवले आणि जॉर्डनला डोक्यापासून पायापर्यंत
तपासले.

" तुला काय वाटत? " त्याने अविचारीपणे मागणी केली.

" कशाबद्दल? "

त्याने पुस्तकांच्या कपाटाकडे हात फिरवला.

" त्या बद्दल. खरं तर,तुम्हाला हे पडताळून पाहण्याची गरज नाही . आय
निश्चित केले. ते खरे आहेत . "

" पुस्तके? "

त्याने होकार दिला.

" पूर्णपणे वास्तविक - पृष्ठे आणि सर्वकाही आहे. मला वाटले ते छान असतील
टिकाऊ पुठ्ठा. खरं तर,ते पूर्णपणे वास्तविक आहेत . पृष्ठे
आणि - येथे! तुला दाखवतो. "

आमची शंका गृहीत धरून तो बुककेसकडे धावला आणि
स्टॉडार्ड लेक्चर्सचा पहिला खंड घेऊन परतलो.

" पहा! " तो विजयी होऊन ओरडला. " तो छापील वस्तुनिष्ठ तुकडा आहे
बाब याने मला फसवले. हा माणूस नियमित बेलास्कोचा आहे . ते आहे _
विजय. किती बारकाई! काय वास्तववाद! केव्हा थांबायचे ते कळले,
सुद्धा - पाने कापली नाहीत . पण तुला काय हवंय? आपण काय अपेक्षा करता? "

चे 137पृष्ठ34

ाने माझ्याकडून पुस्तक हिसकावून घेतले आणि घाईघाईने त्याच्या शेल्फमध्ये
दलले,
क वीट काढली तर संपूर्ण लायब्ररीच जबाबदार आहे,असा बडबड करत
ोसळणे

तुला कोणी आणले? " त्याने मागणी केली. " की तू आत्ताच आलास? मला आणले
ते.
हुतेक लोक आणले होते. "

ॉर्डनने उत्तर न देता सावधपणे,आनंदाने त्याच्याकडे पाहिले.

मला रुझवेल्ट नावाच्या महिलेने आणले होते," तो पुढे म्हणाला. " मिसेस क्लॉड
झवेल्ट. तू तिला ओळखतोस? मी तिला काल रात्री कुठेतरी भेटलो. मी गेले आहे
ाता सुमारे एक आठवडा नशेत आहे,आणि मला वाटले की ते मला शांत बसू शकते
ायब्ररीत. "

आहे? "

थोडेसे,मला वाटते. मी अजून सांगू शकत नाही . मी फक्त एक तास इथे आलो आहे .
तुम्हाला पुस्तकांबद्दल सांगितले का? ते खरे आहेत . ते आहेत - "

तुम्ही आम्हाला सांगितले. "

ाम्ही त्याच्याशी गंभीरपणे हस्तांदोलन केले आणि परत घराबाहेर पडलो.

गेतल्या कॅनव्हासवर आता नाचत होतं; वृद्ध माणसे ढकलत आहेत
ाश्वत ग्रेसलेस वर्तुळात मागासलेल्या तरुण मुली,श्रेष्ठ जोडपे
क्रमेकांना कठोरपणे,फॅशनेबलपणे धरून,आणि मध्ये ठेवणे
ापरे – आणि मोठ्या संख्येने अविवाहित मुली वैयक्तिकरित्या नाचतात किंवा
जोच्या ओझ्यापासून काही क्षणासाठी ऑर्केस्ट्राला आराम देणे
ापळे मध्यरात्रीपर्यंत उत्साह वाढला होता. एक प्रसिद्ध टेनर होता
टालियनमध्ये गायले गेले,आणि एका कुख्यात कॉन्ट्राल्टोने जाझमध्ये गायले होते,
ाणि
र्व बागेत लोक " स्टंट " करत होते .
ानंदी असताना,उन्हाळ्याच्या आकाशाकडे हास्याचे निरर्थक स्फोट झाले. ए
ज ट्विन्सच्या जोडीने,जे पिवळ्या रंगाच्या मुली ठरले,ए
शाख मध्ये बाळ अभिनय,आणि पांढरे चमकदार मद्य पेक्षा मोठ्या चष्मा मध्ये दिले
ते
टे-बाउल चंद्र उंच झाला होता आणि आवाजात तरंगत होता
दीच्या तराजूचा त्रिकोण,थोडं थोडं थरथरणारा,कनिष्ठ
रवळीवर बॅंजोचे थेंब.

अजूनही जॉर्डन बेकरसोबत होतो. आम्ही एका टेबलावर एक माणूस बसलो होतो
झ्या वयाची आणि एक रागीट मुलगी,ज्याने मार्ग दिला
नियंत्रित हशा करण्यासाठी किंचित चिथावणी. मी मजा घेत होतो
ाता स्वत: मी शॅम्पेनचे दोन बोटे-बाउल आणि सीन घेतले होते
झ्या डोळ्यांसमोर काहीतरी महत्त्वपूर्ण,मूलभूत आणि बदलले होते
ून

रमणुकीच्या वेळी तो माणूस माझ्याकडे बघून हसला.

“ तुझा चेहरा ओळखीचा आहे,” तो नम्रपणे म्हणाला. तू “ पहिल्यामध्ये नव्हतास युद्धादरम्यान विभागणी? "

" का हो. मी अठ्ठावीस पायदळात होतो. "

“ मी एकोणीस-अठरा जूनपर्यंत सोळाव्या वर्गात होतो. मला माहित होते की मी पाहि आहे
तू आधी कुठेतरी. "

आम्ही फ्रान्समधील काही ओल्या,राखाडी छोट्या गावांबद्दल काही क्षण बोललो. साहजिकच तो या परिसरात राहत होता,कारण त्याने मला सांगितले की त्याच्याकडे फक्त आहे
एक हायड्रोप्लेन विकत घेतले,आणि सकाळी ते करून पाहणार होते.

“ माझ्याबरोबर जायचे आहे;जुना खेळ? आवाजाच्या बाजूने किनार्याजवळच. "

" किती वाजता? "

“ कोणत्याही वेळी जे तुमच्यासाठी सर्वात योग्य आहे. "

जॉर्डनने पाहिले तेव्हा त्याचे नाव विचारणे माझ्या जिभेच्या टोकावर होते आजूबाजूला आणि हसले.

" आता समलिंगी वेळ आहे का? " तिने चौकशी केली.

" बरेच चांगले. ” मी पुन्हा माझ्या नवीन ओळखीकडे वळलो. " हे एक आहे माझ्यासाठी असामान्य पार्टी. मी यजमानांना पाहिलेही नाही . मी वर राहतो तिथे —” मी दूरवरच्या अदृश्य हेजकडे माझा हात हलवला,“ आणि हा माणूस गॅट्सबीने त्याच्या चालकाला आमंत्रण देऊन पाठवले. "

क्षणभर त्याने माझ्याकडे पाहिलं जणू काही समजलं नाही.

" मी गॅट्सबी आहे ," तो अचानक म्हणाला.

" काय! ” मी उद्गारलो. “ अरे,मी तुझी क्षमा मागतो. "

“ मला वाटले तुला माहीत आहे,जुना खेळ. मला भीती वाटते की मी खूप चांगला हो नाही. "

तो समजूतदारपणे हसला - समजण्यापेक्षा बरेच काही. तो एक होता त्यामध्ये शाश्वत आश्वासनाची गुणवत्ता असलेल्या दुर्मिळ हास्यांपैकी,ते तुम्ही आयुष्यात चार ते पाच वेळा भेटू शकता. याला सामोरे जावे लागले - किंवा अ दिसते
चेहरा - एका क्षणासाठी संपूर्ण शाश्वत जग,आणि नंतर लक्ष केंद्रित केले तुम्ही तुमच्या पक्षात अप्रतिम पूर्वग्रह बाळगून आहात. हे तुला समजले तुला समजून घ्यायचे होते,तुझ्यावर विश्वास ठेवला स्वतःवर विश्वास ठेवू इच्छितो,आणि तुम्हाला खात्री देतो की ते होते तंतोतंत तुमच्याबद्दलची छाप,तुमच्या सर्वोत्तमतेने,तुम्ही आशा केली होती पोहोचवणे तंतोतंत त्या क्षणी ते नाहीसे झाले - आणि मी एक पाहत होतो मोहक तरुण roughneck,एक किंवा दोन वर्षे तीस प्रती,ज्या विस्तृत

चे 137पृष्ठ36

षणाची औपचारिकता केवळ मूर्खपणामुळे चुकली. त्याच्या काही काळ आधी तःची ओळख करून दिली,मला असे समजले की तो त्याची निवड करत आहे ळजीपूर्वक शब्द.

ग्रळजवळ त्याच क्षणी जेव्हा मिस्टर गॅट्सबीने स्वतःला बटलर ओळखले कागो त्याला बोलावत असल्याची माहिती घेऊन त्याच्याकडे धाव घेतली यर वर. प्रत्येकाचा समावेश असलेल्या लहान धनुष्याने त्याने स्वतःला माफ केले म्हाला बदल्यात.

तुम्हाला काही हवे असेल तर फक्त मागून घ्या,जुना खेळ," त्याने मला आग्रह केला. मला माफ करा. मी तुम्हाला नंतर पुन्हा सामील करेन. "

गेल्यावर मी ताबडतोब जॉर्डनकडे वळलो - खात्री देण्यास विवश ला माझ्या आश्चर्याची गोष्ट. मला अपेक्षा होती की मिस्टर गॅटस्बी फुल्ल असतील णि त्याच्या मधल्या वर्षांमध्ये भ्रष्ट व्यक्ती.

तो कोण आहे? " मी मागणी केली. " तुला माहीत आहे का? "

तो फक्त गॅट्सबी नावाचा माणूस आहे . "

तो कोठून आहे,म्हणजे? आणि तो काय करतो? "

आता तू या विषयाला सुरुवात केली आहेस," तिने हसतमुखाने उत्तर दिले. ठीक आहे,त्याने मला एकदा सांगितले की तो ऑक्सफर्डचा माणूस होता. "

च्या मागे एक अंधुक पार्श्वभूमी आकार घेऊ लागली,पण तिच्या पुढे प्पणी ते दूर नाहीसे झाले.

तथापि,माझा यावर विश्वास नाही . "

का नाही? "

मला माहित नाही , " ती आग्रहाने म्हणाली," मला वाटत नाही की तो तिथे गेला आहे.

च्या आवाजात काहीतरी मला दुसऱ्या मुलीच्या मला " वाटतं तो क माणसाला मारले," आणि माझ्या कुतूहलाला उत्तेजन देण्याचा परिणाम झाला. करीन
स्बीने जी माहिती मिळवली होती ती कोणत्याही प्रश्नाशिवाय स्वीकारली आहे इझियानाचे दलदल किंवा न्यू यॉर्कच्या खालच्या पूर्वेकडील भाग. ते मजण्याजोगे होते. पण तरुणांनी तसे केले नाही - किमान माझ्या प्रांतात ननुभवी माझा असा विश्वास होता की त्यांनी तसे केले नाही — थंडपणे कोठेही हेर पडत नाही आणि
ग आयलंड साउंड वर एक राजवाडा खरेदी.

असो,तो मोठ्या पार्ट्या देतो," जॉर्डन विषय बदलत म्हणाला क्रिटसाठी शहरी अनास्था आहे. " आणि मला मोठ्या पार्टी आवडतात. खूप जिव्हाळ्याचे आहेत . छोट्या पार्ट्यांमध्ये कोणतीही गोपनीयता नसते . "

स ड्रमची धूम होती आणि ऑर्केस्ट्राचा आवाज
ा अचानक बागेच्या इकोलालियाच्या वर वाजला.

चे 137पृष्ठ37

" स्त्रिया आणि सज्जनांनो," तो ओरडला. " मिस्टर गॅट्सबीच्या विनंतीनुसार आम्ही आहोत
यांचे नवीनतम काम खेळणार आहे ,जे
गेल्या मे मे कार्नेगी हॉलमध्ये खूप लक्ष वेधले. आपण वाचल्यास
तुम्हाला माहित असलेले पेपर्स एक मोठी खळबळ होती. " तो आनंदाने हसला
संवेदना,आणि जोडले: " काही संवेदना! " त्यावर प्रत्येकजण
हसले

" तो तुकडा ज्ञात आहे," त्याने वासनेने निष्कर्ष काढला,व्लादमीर " टॉस्टॉफ ' म्हणून जगाचा जाझ इतिहास! '"

टॉस्टॉफच्या रचनेचे स्वरूप माझ्यापासून दूर गेले,कारण ते जसे होते
माझी नजर गॅट्सबीवर पडू लागली,संगमरवरी पायऱ्यांवर एकटा उभा होता आणि
एका गटाकडून दुस-या गटाकडे पाहत आहे. त्याची टॅन झालेली त्वचा
त्याच्या चेहऱ्यावर आकर्षकपणे घट्ट ओढलेले होते आणि त्याचे लहान केस दिसत ह
जरी ते दररोज ट्रिम केले गेले. मला काहीही वाईट दिसत नव्हते
त्याला मला आश्चर्य वाटले की तो मद्यपान करत नाही या वस्तुस्थितीमुळे त्याला से
करण्यात मदत झाली
त्याच्या पाहुण्यांपासून दूर,कारण मला असे वाटले की तो अधिक योग्य झाला आहे
बंधुत्वाचा आनंद वाढला. जेव्हा " जगाचा जाझ इतिहास "
पुरुषांच्या खांद्यावर डोके ठेवत होत्या
गर्विष्ठ तरुण,आनंदी मार्ग,मुली खेळकरपणे मागे पडल्या होत्या
पुरुषांचे हात ,अगदी गटांमध्ये,कोणीतरी त्यांना अटक करेल हे जाणून
फॉल्स — परंतु गॅट्सबीवर कोणीही मागे हटले नाही आणि फ्रेंच बॉबला स्पर्श केला नाही
गॅट्स्बीच्या आणि गॅट्सबीच्या बरोबर गाण्याचे कोणतेही , खांद्यावर चौकडी तयार झाले नाहीत
एका दुव्याकडे जा.

" मी तुझी क्षमा मागतो. "

गॅट्सबीचा बटलर अचानक आमच्या बाजूला उभा होता.

" मिस बेकर? " त्याने चौकशी केली. " मी क्षमा मागतो,पण मिस्टर गॅट्सबी करतील
तुझ्याशी एकटे बोलायला आवडते. "

" माझ्याबरोबर? " ती आश्चर्याने म्हणाली.

" हो,मॅडम. "

ती हळूच उठली,आश्चर्याने माझ्याकडे भुवया उंचावत,आणि
घराकडे बटलरचा पाठलाग केला. तिने तिला घातल्याचे माझ्या लक्षात आले
संध्याकाळचे कपडे,तिचे सर्व कपडे,जसे खेळाचे कपडे — तिथे एक होते
तिच्या हालचालींबद्दल आकस,जणू ती पहिल्यांदा चालायला शिकली होती
स्वच्छ,खुसखुशीत सकाळी गोल्फ कोर्सवर.

मी एकटाच होतो आणि ते जवळजवळ दोन होते. काही काळ गोंधळलेला आणि
लांबलचक,अनेक खिडक्या असलेल्या खोलीतून गूढ आवाज येत होता
टेरेस ओव्हरहंग. एलुडिंग जॉर्डनचा अंडरग्रेजुएट ,जो आता होता

न कोरस मुलींशी प्रसूतीविषयक संभाषणात गुंतलेली,आणि कोण
ला त्याच्यात सामील होण्यासाठी विनंती केली,मी आत गेलो.

ठी खोली माणसांनी भरलेली होती. पिवळ्या रंगाची एक मुलगी होती
यानो वाजवत,आणि तिच्या शेजारी एक उंच,लाल केसांची तरुण स्त्री उभी होती
का प्रसिद्ध कोरसमधून,गाण्यात गुंतलेले. तिने भरपूर प्रमाणात मद्यपान केले होते
म्पेन,आणि तिच्या गाण्याच्या दरम्यान तिने अयोग्यपणे ठरवले होते,
सर्वकाही खूप,खूप दुःखी होते - ती फक्त गात नव्हती,ती होती
प रडत आहे. जेव्ही जेव्हा गाण्यात पॉज आला तेव्हा ती त्यात भरायची
ळफास,तुटलेली रडणे,आणि नंतर थरथरत्या आवाजात पुन्हा गीत हाती घेतले
प्रानो अश्रू तिच्या गालावरून ओघळत होते - तथापि,मुक्तपणे नाही
व्हा ते तिच्या जड मणी असलेल्या पापण्यांच्या संपर्कात आले
क शाई रंग गृहीत धरले,आणि संथपणे त्यांच्या उर्वरित मार्ग पाठलाग
ळ्या नाल्या. तिने नोट्स गाण्याची एक विनोदी सूचना केली
च्या चेहऱ्यावर,त्यानंतर तिने हात वर केले,खुर्चीवर बसले आणि
ढ झोपेत गेला.

हे तो तिचा नवरा " असे म्हणणाऱ्या पुरुषाशी तिची भांडणे झाली ," असे स्पष्ट केले
झ्या कोपरावर मुलगी.

आजूबाजूला पाहिले. उरलेल्या बहुतेक बायकांमध्ये आता मारामारी होत होती
षांबरोबर त्यांचे पती असल्याचे सांगितले. अगदी जॉर्डनचा पक्ष ,चौकडी
अंडी पासून,मतभेद द्वारे वेगळे भाड्याने होते. पुरुषांपैकी एक होता
र एका तरुण अभिनेत्रीशी आणि त्याच्या पत्नीशी उत्सुकतेने बोलणे
तेष्ठित आणि उदासीनतेने परिस्थितीवर हसण्याचा प्रयत्न करणे
र्ग,संपूर्णपणे मोडून टाकले आणि पार्श्व हल्ल्यांचा अवलंब केला - अंतराने
त्याच्या बाजूला अचानक रागावलेल्या हिऱ्यासारखी दिसली आणि हिसकावून
णाली:
नू वचन दिले होतेस! " त्याच्या कानात.

री जाण्याची अनिच्छा ही केवळ भटक्या माणसांपुरती मर्यादित नव्हती. सभागृह
च्या दोन दुःखद शांत माणसे आणि त्यांच्या उच्चभ्रूंनी व्यापलेली होती
गावलेल्या बायका. मध्ये बायका एकमेकांबद्दल सहानुभूती दाखवत होत्या
चित वाढलेले आवाज.

जेव्हा तो मला चांगला वेळ घालवत असल्याचे पाहतो तेव्हा त्याला घरी जायचे
सते. "

माझ्या आयुष्यात इतके स्वार्थी कधीच ऐकले नाही. "

आम्ही नेहमीच प्रथम निघतो. "

तसे आम्ही आहोत. "

ठीक आहे,आजची रात्र आम्ही जवळजवळ शेवटचीच आहोत," एक पुरुष निर्भीडपणे
णाला.
ऑर्केस्ट्रा अर्ध्या तासापूर्वी निघून गेला. "

यकांच्या सहमती असूनही असा दुष्टपणा पलीकडचा होता
श्वासार्हता,वाद एका छोट्या संघर्षात संपला आणि दोन्ही बायका

चे 137पृष्ठ39

रात्री लाथ मारून उचलले गेले.

मी हॉलमध्ये माझ्या टोपीची वाट पाहत असताना लायब्ररीचा दरवाजा उघडला आणि जॉर्डन बेकर आणि गॅट्सबी एकत्र आले. तो शेवटचे काही सांगत होता तिला शब्द दिला,पण त्याच्या पद्धतीने उत्सुकता अचानक घट्ट झाली निरोप घेण्यासाठी अनेक लोक त्याच्याकडे आले तेव्हा औपचारिकता.

जॉर्डनची पार्टी पोर्चमधून तिला अधीरतेने हाक मारत होती,पण ती हस्तांदोलन करण्यासाठी क्षणभर रेंगाळले.

" मी नुकतीच सर्वात आश्चर्यकारक गोष्ट ऐकली आहे," ती कुजबुजली. " किती वेळ आम्ही तिथे होतो का? "

“ का,तासभर. "

" ते ... फक्त आश्चर्यकारक होते," तिने अमूर्तपणे पुनरावृत्ती केली. " पण मी शपथ घेतली
सांगणार नाही आणि इथे मी तुला त्रास देत आहे. " तिने कृपापूर्वक जांभई दिली माझ्या चेहऱ्यावर “ कृपया येऊन मला भेटा ... फोन बुक ... नावाखाली मिसेस सिगॉर्नी हॉवर्ड ... माझी मावशी ..." ती तशीच घाई करत होती बोलले - तिच्या तपकिरी हाताने ती तिच्यात वितळली म्हणून एक जॉन्टी सॅल्यूट केल दारात पार्टी.

त्यापेक्षा लाज वाटली की माझ्या पहिल्याच दर्शनाला मी इतका उशीरा थांबलो होते गॅट्सबीच्या शेवटच्या पाहुण्यांमध्ये सामील झाले,जे त्याच्याभोवती गुच्छ होते. आय मला समजावून सांगायचे होते की मी संध्याकाळी लवकर त्याची शिकार केली होती त्याला बागेत ओळखत नसल्याबद्दल माफी मागतो.

करू त्याचा उल्लेख " नका ," त्याने मला उत्सुकतेने आज्ञा केली. " हे दुसरे देऊ नका विचार,जुना खेळ. " परिचित अभिव्यक्ती अधिक परिचित नव्हती ज्या हाताने माझ्या खांद्यावर धीर दिला त्या हातापेक्षा. " आणि करू नका विसरून जा आपण उद्या सकाळी नऊ वाजता हायड्रोप्लेनने वर जाणार आहोत वाजले . _ "

मग बटलर,त्याच्या खांद्याच्या मागे:

“ फिलाडेल्फियाला तुमची फोनवर इच्छा आहे,सर. "

" ठीक आहे,एका मिनिटात. त्यांना सांगा मी तिथे येईन ... शुभ रात्री. "

" शुभ रात्री. "

" शुभ रात्री. " तो हसला - आणि अचानक एक आनंददायी वातावरण दिसले जाण्यासाठी शेवटच्या लोकांमध्ये असण्याचे महत्त्व,जणू तो इच्छित होता ते सर्व वेळ. " शुभ रात्री,जुना खेळ ... शुभ रात्री. "

पण मी पायऱ्या उतरत असताना मला दिसले की संध्याकाळ फारशी नाही प्रती दरवाज्यापासून पन्नास फूट अंतरावर डझनभर हेडलाइट्स उजळले विचित्र आणि गोंधळात टाकणारे दृश्य. रस्त्याच्या कडेला असलेल्या खड्ड्यात, उजवीकडे
वर,पण हिंसकपणे एक चाक कापला,होता एक नवीन बंड é विश्रांती

चे 137पृष्ठ40

मिनिटांपूर्वी गॅट्स्बीचा ड्राइव्ह सोडला . भिंतीची तीक्ष्ण जट
काच्या अलिप्ततेसाठी जबाबदार,जे आता मिळत होते
र्ी डझन जिज्ञासू चालकांकडून लक्षणीय लक्ष. तथापि,
नी त्यांच्या गाड्या रस्ता अडवून सोडल्या असताना,एक कठोर,विसंगत दिन
ील काही काळ ऐकू येत होते,आणि जोडले
याचा आधीच हिंसक गोंधळ.

व्र डस्टरमधील एक माणूस मलबेतून खाली उतरला होता आणि आता आत उभा
ला
याच्या मधोमध,कारपासून टायरकडे आणि तेथून
ंददायी,गोंधळलेल्या मार्गाने निरीक्षकांना थकवा.

हा! " त्याने स्पष्ट केले. " ते खड्ड्यात गेले. "

ुस्थिती त्याच्यासाठी अनंत आश्चर्यकारक होती आणि मी प्रथम ओळखले
श्चर्य असामान्य गुणवत्ता,आणि नंतर माणूस - तो उशीरा संरक्षक होते
सबीची लायब्ररी .

कसे झाले? "

ने खांदे सरकवले.

ला मेकॅनिक्सबद्दल काहीही माहिती नाही," तो निर्णायकपणे म्हणाला.

ण ते कसं झालं? तुम्ही भिंतीत घुसलात का? "

ारू मला " नका ," उल्लू डोळे संपूर्ण हात धुत म्हणाला
" मला ड्रायव्हिंगबद्दल फारच कमी माहिती आहे - काहीच नाही. ते
ले,आणि मला एवढेच माहित आहे. "

रं,जर तुम्ही गरीब ड्रायव्हर असाल तर तुम्ही रात्री गाडी चालवण्याचा प्रयत्न करू
. "

ण मी प्रयत्नही करत नव्हतो," त्याने रागाने स्पष्टीकरण दिले ," मीही नव्हतो
त्न करत आहे. "

भयंकर शांतता शेजारी बसलेल्यांवर पडली.

ला आत्महत्या करायची आहे का? "

म्ही नशीबवान आहात ते फक्त एक चाक होते! एक वाईट ड्रायव्हर आणि प्रयत्नही
त नाही! "

ला समजत नाही ," गुन्हेगाराने स्पष्ट केले. " मी गाडी चालवत नव्हतो .
ीत अजून एक माणूस आहे . "

घोषणेनंतर जो धक्का बसला,त्यात आवाज कायम होता
हो! सत्तापालटाचे दार हळू हळू उघडत असताना . गर्दी - होती
ा एक जमाव - अनैच्छिकपणे मागे सरकला,आणि जेव्हा दार उघडले
एक भुताटक विराम होता. मग,अगदी हळूहळू,भाग करून,अ
क्रट गुलाबी,लटकणारी व्यक्ती मलब्यातून बाहेर पडली,तात्पुरते हातपाय मारली

मोठ्या अनिश्चित डान्सिंग शूसह जमिनीवर.

हेड्लाइट्सच्या चकाकीने आंधळा आणि सततच्या गोंधळामुळे
शिंगांचा आक्रोश,प्रेत क्षणभर डोलत उभा राहिला
डस्टरमधला माणूस दिसण्यापूर्वीच.

" काय हरकत आहे ? " त्याने शांतपणे चौकशी केली. " आमचा गॅस संपला का? "

" दिसत! "

अर्धा डझन बोटांनी कापलेल्या चाकाकडे निर्देश केला - त्याने त्याकडे पाहिले
क्षणभर,आणि मग वरच्या दिशेने पाहिलं जणू त्याला संशय आला
आकाशातून पडले होते.

" ते बंद झाले," कोणीतरी स्पष्ट केले.

त्याने होकार दिला.

“ आम्ही थांबलो हे पहिल्यांदा माझ्या लक्षात . आले "

एक विराम. मग,एक दीर्घ श्वास घेऊन आणि खांदे सरळ करून,
त्याने दृढ स्वरात टिप्पणी केली:

" आश्चर्य आहे की मला सांगा की ' सा गॅस ' लाइन स्टेशन कुठे आहे? "

किमान एक डझन पुरुष,त्यापैकी काही त्याच्यापेक्षा थोडे चांगले,
त्याला समजावून सांगितले की चाक आणि कार यापुढे कोणीही जोडलेले नाहीत
शारीरिक बंधन.

" परत बाहेर," त्याने काही क्षणानंतर सुचवले. " तिला उलटे ठेवा. "

“ पण चाक बंद आहे ! "

तो संकोचला.

" प्रयत्न करण्यात काही नुकसान नाही," तो म्हणाला.

caterwauling horns crescendo पोहोचले होते आणि मी मागे वळून आणि
घराच्या दिशेने लॉन ओलांडून कट. मी एकदा मागे वळून पाहिलं. एक वेफर
गॅट्स्बीच्या घरावर चंद्र चमकत होता ,रात्र पूर्वीसारखीच छान होती,
आणि त्याच्या अजूनही चकाकणाऱ्या बागेतील हास्य आणि आवाज वाचून.
खिडक्यांमधून आणि ग्रेटमधून आता अचानक रिकामेपणा वाहत असल्याचे दिसत
दरवाजे,पूर्ण अलगाव सह endowing यजमान,कोण
पोर्चवर उभा राहिला,निरोपाचा औपचारिक इशारा करत हात वर केला.

मी आत्तापर्यंत जे काही लिहिलंय ते वाचून,मी दिलेलं दिसतं
तीन रात्रीच्या घटना अनेक आठवड्यांच्या अंतरावर होत्या
जे सर्व मला शोषले गेले. याउलट,त्या केवळ प्रासंगिक घटना होत्या
गर्दीच्या उन्हाळ्यात,आणि,खूप नंतर,त्यांनी मला आत्मसात केले
माझ्या वैयक्तिक बाबींपेक्षा अमर्यादपणे कमी.

चे 137पृष्ठ42

द ग्रेट गॅट्सब

ुतेक वेळा मी काम केले. पहाटे सूर्याने माळ टाकली
यॉर्कच्या खालच्या पांढऱ्या खड्ड्यांतून मी घाईघाईने उतरलो तेव्हा सावली
श्चिमेकडे
बिटी ट्रस्टला. मी इतर कारकून आणि तरुण बॉन्ड-सेल्समन ओळखत होतो
ांच्या नावाने,आणि अंधारात,गर्दीत त्यांच्यासोबत जेवण केले
हान डुक्कर सॉसेज आणि मॅश केलेले बटाटे आणि कॉफीवर रेस्टॉरंट्स. आय
र्सी सिटीमध्ये राहणाऱ्या एका मुलीशीही त्याचे लहानसे प्रेमसंबंध होते आणि
खा विभागात काम केले,पण तिचा भाऊ फेकायला लागला
न माझ्या दिशेने दिसते,म्हणून जेव्हा ती जुलै मध्ये तिच्या सुट्टीवर गेली होती
शांतपणे उडू द्या.

सहसा येल क्लबमध्ये रात्रीचे जेवण घेतले - काही कारणास्तव ते होते
झ्या दिवसातील सर्वात निराशाजनक घटना — आणि मग मी वरच्या मजल्यावर
यब्ररीत गेलो आणि
वणुकीचा आणि सिक्युरिटीजचा प्रामाणिक तासभर अभ्यास केला. तेथे
धारणपणे आजूबाजूला काही दंगेखोर होते,पण ते कधीच आत आले नाहीत
यब्ररी,त्यामुळे काम करण्यासाठी एक चांगली जागा होती. त्यानंतर जर रात्र झाली
ुर,मी जुन्या मरे हिल हॉटेलच्या पुढे मॅडिसन अव्हेन्यू खाली आलो,
णि पेनसिल्व्हेनिया स्टेशनला 33 व्या रस्त्यावर.

ा न्यू यॉर्क आवडू लागला,रात्रीचा तिथला धडाडीचा,साहसी अनुभव,
णि पुरुष आणि स्त्रिया सतत झगमगाट करत असल्याचे समाधान आणि
अस्वस्थ डोळ्याला देतात. मला फिफ्थ अव्हेन्यू वर जायला आवडले
णि गर्दीतून रोमँटिक स्त्रिया निवडा आणि थोड्याच वेळात कल्पना करा
त्यांच्या आयुष्यात प्रवेश करणार होतो आणि कोणीही कधीच येणार नाही
णून घ्या किंवा नाकारणे. कधी कधी मनातल्या मनात मी त्यांच्या मागे लागलो
ालेल्या रस्त्यांच्या कोपऱ्यांवर अपार्टमेंट,आणि ते वळले आणि
दारातून उबदार होण्यापूर्वी माझ्याकडे परत हसले
धार मंत्रमुग्ध महानगरी संधिप्रकाशात मला एक झपाटलेला अनुभव आला
ाकीपणा कधी कधी,आणि इतरांना वाटले — गरीब तरुण कारकून कोण
डक्यांसमोर एकांतवासाची वेळ होईपर्यंत वाट पाहत बसलो
टॉरंट डिनर — संध्याकाळी तरुण कारकून,सर्वात मार्मिक वाया घालवतात
आणि जीवनाचे क्षण.

ा आठ वाजता , जेव्हा चाळीशीच्या काळोख्या गल्ल्या रांगा लागल्या होत्या
धडणाऱ्या टॅक्सीबससह पाच खोल,थिएटर डिस्ट्रिक्टसाठी बांधलेले,आय
झ्या हृदयात बुडल्यासारखे वाटले. फॉर्म ते जसे टॅक्सीमध्ये एकत्र झुकले
ट पाहिली,आणि आवाज गायले,आणि न ऐकलेल्या विनोदांमधून हशा आला,
णि पेटलेल्या सिगारेटने आत न समजणारी वर्तुळे बनवली. कल्पना करणे
मी सुद्धा आनंदाच्या दिशेने घाई करत होतो आणि त्यांचे अंतरंग शेअर करत होतो
साह,मी त्यांना शुभेच्छा दिल्या.

ड्या काळासाठी मी जॉर्डन बेकरची दृष्टी गमावली आणि नंतर उन्हाळ्याच्या मध्यात

ला पुन्हा सापडले. सुरुवातीला मला तिच्यासोबत जाण्यासाठी खूप आनंद झाला,
रण ती गोल्फ चॅम्पियन होती आणि सर्वांना तिचे नाव माहित होते. मग ते
हीतरी अधिक होते. मी प्रत्यक्षात प्रेमात नव्हतो,पण मला एक प्रकारची भावना होती
वंदा कुतूहल. कंटाळलेला गर्विष्ठ चेहरा तिने जगाकडे वळवला

चे 137पृष्ठ43

द ग्रेट गॅट्सब

काहीतरी लपवले - बहुतेक प्रभाव शेवटी काहीतरी लपवतात,
जरी ते सुरुवातीला नसले तरी - आणि एके दिवशी मला ते सापडले
होते. जेव्हा आम्ही वॉर्विकमध्ये एकत्र हाऊस-पार्टीला होतो,तेव्हा तिने ए
वरच्या खाली असलेल्या पावसात कार उधार घेतली आणि नंतर खोटे बोलले
ती — आणि अचानक मला तिच्याबद्दलची गोष्ट आठवली जी माझ्यापासून दूर गेली
होती
त्या रात्री डेझी येथे . तिच्या पहिल्या मोठ्या गोल्फ स्पर्धेत ए
जवळजवळ वर्तमानपत्रांपर्यंत पोहोचलेली पंक्ती — ती हलली होती अशी सूचना
उपांत्य फेरीत वाईट खोट्याचा तिचा चेंडू. गोष्ट जवळ आली
घोटाळ्याचे प्रमाण - नंतर मरण पावले. एका कॅडीने त्याची माघार घेतली
विधान,आणि फक्त इतर साक्षीदाराने कबूल केले की तो कदाचित होता
चुकीचे ती घटना आणि नाव माझ्या मनात सोबत राहिले होते.

जॉर्डन बेकरने सहजच हुशार,चतुर पुरुष टाळले आणि आता मी पाहिले
हे असे होते कारण तिला विमानात जास्त सुरक्षित वाटले जेथे कोणताही फरक पडत
नाही
एक कोड पासून अशक्य मानले जाईल. ती अत्यंत अप्रामाणिक होती.
तिला गैरसोय सहन करणे शक्य नव्हते आणि हे दिले
अनिच्छेने,मला असे वाटते की तिने सबटरफ्यूजमध्ये व्यवहार करण्यास सुरुवात केली
होती
ते थंड,उद्धट हास्य ठेवण्यासाठी खुप तरुण होता
जग आणि तरीही तिच्या कठोर,विचित्र शरीराच्या मागण्या पूर्ण करतात.

मला काही फरक पडला नाही. स्त्रीमध्ये अप्रामाणिकपणा ही एक गोष्ट आहे
कधीही गंभीरपणे दोष देऊ नका - मला सहज खेद वाटला आणि नंतर मी विसरलो.
चालू होते
त्याचं हाऊस-पार्टीमध्ये आम्ही ड्रायव्हिंगबद्दल उत्सुक संभाषण केले
गाडी. हे सुरु झाले कारण ती काही कामगारांच्या इतक्या जवळ गेली की आमच्या
माणसाच्या कोटचे बटण दाबले .

" तू एक कुजलेला ड्रायव्हर आहेस ," मी विरोध केला. " एकतर तू जास्त असायला
सावधगिरी बाळगा,किंवा तुम्ही अजिबात गाडी चालवू नये . "

" मी सावध आहे. "

" नाही तू नाही . "

" बरं,इतर लोक आहेत," ती हलकेच म्हणाली.

त्याचा " काय संबंध? "

" ते माझ्या मार्गापासून दूर राहतील," तिने आग्रहाने सांगितले. " एक करण्यासाठी द
लागतात
अपघात "

" समजा तुम्ही तुमच्याइतकाच निष्काळजी माणूस भेटलात. "

" मला आशा आहे की मी कधीही करणार नाही," तिने उत्तर दिले. " मी निष्काळजी
लोकांचा तिरस्कार करतो. ते _ _
मला तू का आवडतोस. "

द ग्रेट गॅट्सब

चे राखाडी,उन्हात ताणलेले डोळे सरळ समोर टक लावून पाहत होते,पण ती होती
ाणूनबुजून आमचे संबंध बदलले,आणि क्षणभर मला वाटले की मी प्रेम करतो
ला पण मी मंद विचार करणारा आणि आतील नियमांनी परिपूर्ण आहे जे म्हणून
ार्य करते
ाझ्या इच्छेला ब्रेक लागला,आणि मला माहित होते की प्रथम मला स्वतःला मिळवावे
ागेल.
ा गोंधळातून नक्कीच घरी परतलो. मी एकदा पत्र लिहीत होतो
क आठवडा आणि त्यांच्यावर स्वाक्षरी करणे: " प्रेम,निक," आणि मी फक्त विचार
रू शकतो
विशिष्ट मुलगी टेनिस खेळली तेव्हा कसं,फिक्कट मिशा
ाच्या वरच्या ओठावर घाम येत होता. तरीही एक अस्पष्टता होती
मुक्त होण्यापूर्वी कुशलतेने तोडले पाहिजे हे समजून घेणे.

त्येकजण स्वतःला कमीतकमी एका मुख्य गुणाबद्दल संशय घेतो आणि
माझे आहे: माझ्याकडे असलेल्या काही प्रामाणिक लोकांपैकी मी एक आहे
ात

/

विवारी सकाळी किनाऱ्यालगतच्या गावांमध्ये चर्चची घंटा वाजत असताना,
ग आणि तिची मालकिन गॅट्सबीच्या घरी परतले आणि चमकले
ाच्या लॉनवर आनंदाने.

तो बुटलेगर आहे," तरुणी म्हणाल्या,मध्ये कुठेतरी फिरत होत्या
ाचे कॉकटेल आणि त्याची फुले. " एकदा त्याने सापडलेल्या माणसाला मारले
वॉन हिंडेनबर्गचा पुतण्या आणि दुसरा चुलत भाऊ होता
त. मला गुलाब,मध द्या आणि त्यात शेवटचा थेंब टाका
क्रिस्टल ग्लास. "

कदा मी वेळापत्रकाच्या रिकाम्या जागेवर नावे लिहिली
गॅट्सबीच्या घरी आले होते . ते जुने वेळापत्रक आहे
ाता,त्याच्या folds वर विघटन,आणि नेतृत्व " हे वेळापत्रक प्रभावी
जुलै,1922. " पण मी अजूनही राखाडी नावे वाचू शकतो,आणि ते करतील
यांच्याबद्दल माझ्या सामान्यतेपेक्षा तुम्हाला चांगली छाप द्या
टस्बीचे आदरातिथ्य स्वीकारले आणि त्याला सूक्ष्म श्रद्धांजली दिली
ाच्याबद्दल काहीही माहित नाही.

स्ट एगमधून,नंतर,चेस्टर बेकर्स आणि लीचेस आले आणि ए
नसेन नावाचा माणूस,ज्याला मी येल येथे ओळखत होतो आणि डॉक्टर वेबस्टर
व्हेट,कोण
नमध्ये गेल्या उन्हाळ्यात बुडले होते. आणि हॉर्नबीम आणि विली
ोल्टेयर्स आणि ब्लॅकबक नावाचे संपूर्ण कुळ,जे नेहमी ए
ोपरा आणि जो कोणी आला त्याच्याकडे शेळ्यांसारखे नाक फुंकले
वळ आणि इस्माय आणि क्रिस्टीज (किंवा त्याऐवजी ह्युबर्ट ऑरबाख आणि
ास्टर क्रिस्टीची पत्नी),आणि एडगर बीव्हर,ज्यांचे केस,ते म्हणतात,वळले
ापूस-पांढरी एक हिवाळ्यातील दुपार अजिबात योग्य कारणाशिवाय.

ला आठवते त्याप्रमाणे क्लेरेन्स एन्डिव्ह ईस्ट एगचा होता. तो एकदाच आला होता,

पांढऱ्या knickerbockers मध्ये,आणि मध्ये Etty नावाच्या बमशी भांडण झाले
बाग बेटावर दूरवरून चेड्ल्स आणि ओ आले.
आरपी श्रेडर्स,आणि जॉर्जियाचे स्टोनवॉल जॅक्सन अब्राम्स,आणि द
फिशगार्ड आणि रिप्ले स्नेल्स. स्नेल त्याच्या तीन दिवस आधी तिथे होता
दंडागृहात गेला,त्यामुळे रेव ड्राइव्ह वर नशेत की
मिसेस युलिसिस स्वेट यांची गाडी त्यांच्या उजव्या हातावर धावली. द डान्सीज
सुद्धा आले आणि एस.बी. व्हाईटबेट,जे साठ वर्षांपेक्षा जास्त होते आणि मॉरिस
A. फ्लिंक,आणि हॅमरहेड्स,आणि बेलुगा तंबाखू आयातक,आणि
बेलुगाच्या मुली .

वेस्ट एगमधून ध्रुव आणि मुलरेडी आणि सेसिल रोबक आले आणि
सेसिल शोएन आणि गुलिक राज्याचे सिनेटर आणि न्यूटन ऑर्किड,कोण
नियंत्रित फिल्म्स पार एक्सलन्स,आणि एकहॉस्ट आणि क्लाइड कोहेन आणि डॉन
एस. श्वार्ट्झ (मुलगा) आणि आर्थर मॅकार्टी,हे सर्व सोबत जोडलेले आहेत
एक ना एक प्रकारे चित्रपट. आणि Catlips आणि Bembergs आणि G.
अर्ल मुलडून,त्या मुलडूनचा भाऊ ज्याने नंतर त्याचा गळा दाबला
पत्नी प्रवर्तक डा फॉन्टॅनो तेथे आले आणि एड लेग्रोस आणि जेम्स बी.
(" रॉट-गट ") फेरेट आणि डी जोंग्स आणि अर्नेस्ट लिली - ते आले
जुगार खेळला आणि जेव्हा फेरेट बागेत फिरला तेव्हा त्याचा अर्थ असा होता की तो
होता
साफ केले आणि संबद्ध ट्रॅक्शन फायदेशीरपणे चढ-उतार करावे लागेल
दुसऱ्या दिवशी

क्लीपस्प्रिंगर नावाचा माणूस तिथे इतक्या वेळा होता की तो म्हणून ओळखला जाऊ
लागला
" बोर्डर " - मला शंका आहे की त्याचे दुसरे घर आहे का. नाटय़प्रेमी लोकांचे
' डोनावन आणि लेस्टर मायर आणि जॉर्ज होते
डकवीड आणि फ्रान्सिस बुल. तसेच न्यू यॉर्क मधील Chromes आणि होते
बॅकहिसन आणि डेनिकर्स आणि रसेल बेट्टी आणि कॉरिगन्स आणि
Kellehers आणि Dewars आणि Scullys आणि SW Belcher आणि द
Smirkes आणि तरुण Quinns,आता घटस्फोट,आणि हेत्री एल Palmetto,कोण
टाइम्स स्क्वेअरमध्ये सबवे ट्रेनसमोर उडी मारून आत्महत्या केली.

बेनी मॅकक्लेनाहन नेहमी चार मुलींसह आले. ते कधीच ठाम नव्हते
भौतिक व्यक्तींमध्ये समान,परंतु ते इतके एकसारखे होते
दुसरे म्हणजे ते अपरिहार्यपणे तेथे आधी होते असे दिसते. माझ्याकडे आहे
त्यांची नावे विसरली - जॅकलिन,मला वाटते,नाहीतर कॉन्सुएला किंवा ग्लोरिया
किंवा जुडी किंवा जून,आणि त्यांची आडनावे एकतर मधुर नावे होती
फुले आणि महिने किंवा महान अमेरिकन च्या sterner विषयावर
भांडवलदार ज्यांचे चुलत भाऊ,दाबले तर ते स्वतःच कबूल करतील
असल्याचे.

या सर्वांव्यतिरिक्त मला आठवते की फॉस्टिना ओ ' ब्रायन आली होती
तेथे किमान एकदा आणि Baedeker मुली आणि तरुण ब्रेवर,कोण होते
युद्धात त्याचे नाक बंद पडले आणि मिस्टर अल्ब्रक्सबर्गर आणि मिस हाग,
त्याची मंगेतर é e,आणि Ardita Fitz-Peters आणि Mr. P. Jewett,एकेकाळी प्रमुख
अमेरिकन लीजन,आणि मिस क्लॉडिया हिप,म्हणून प्रतिष्ठित पुरुषासह
तिचा चालक,आणि एखाद्या गोष्टीचा राजकुमार,ज्याला आम्ही ड्यूक म्हणतो,आणि

चे 137पृष्ठ46

ाचे नाव,मला ते कधी माहित असेल तर मी विसरले आहे.

र्व लोक उन्हाळ्यात गॅट्सबीच्या घरी . आले

-- ----------------------------------

वाजता , जुलैच्या एका सकाळी उशिरा,गॅट्सबीची भव्य कार
झ्या दारापर्यंत खडकाळ ड्राईव्ह चढला आणि गाण्याचा एक स्फोट दिला
च्या तीन-नोटेड हॉर्नमधून.

दोन ठिकाणी गेलो असतानाही त्याने मला पहिल्यांदाच फोन केला होता
च्या पार्ट्यां,त्याच्या हायड्रोप्लेनमध्ये बसलेल्या,आणि त्याच्या तातडीच्या
ंत्रणावरून,
च्या समुद्रकिनाऱ्याचा वारंवार वापर केला.

ुभ सकाळ,जुना खेळ. तुम्ही आज माझ्यासोबत जेवण करत आहात आणि मी
ले आपण एकत्र चढू . "

सोबत तो त्याच्या कारच्या डॅशबोर्डवर स्वतःचा तोल सांभाळत होता
ळवळीची साधनसंपत्ती जी इतकी विलक्षण अमेरिकन आहे - ती येते,
ा वाटते,तरुणपणात उचलण्याचे काम नसल्यामुळे आणि त्याहूनही अधिक,
मच्या चिंताग्रस्त,तुरळक खेळांच्या निराकार कृपेने. हा गुण
कारात सतत त्याच्या कठोर रीतीने तोडत होता
वस्थता. तो कधीही शांत नव्हता; नेहमी टॅपिंग होते
कतरी पाय किंवा अधीरपणे हात उघडणे आणि बंद करणे.

ने मला त्याच्या गाडीकडे कौतुकाने बघताना पाहिले.

सुंदर आहे ,नाही का ,जुना खेळ? " त्याने मला आणखी चांगले देण्यासाठी उडी
ली
य कधी तुम्ही आधी " पाहिलं नाही का ? "

ते पाहिलं होतं . सगळ्यांनी पाहिलं होतं. तो एक समृद्ध क्रीम रंग होता,तेजस्वी
कल सह,त्याच्या राक्षसी लांबी मध्ये येथे आणि तेथे सूज
जयी हॅटबॉक्सेस आणि सपर-बॉक्सेस आणि टूलबॉक्सेस,आणि टेरेस्ड
ानभर सूर्यांना प्रतिबिंबित करणारा विंडशील्डचा चक्रव्यूह. खाली बसलो
च्या लेदर कंझर्व्हेटरीमध्ये काचेच्या अनेक थरांच्या मागे,
म्ही शहराकडे निघालो.

या महिनाभरात मी त्याच्याशी अर्धा डझन वेळा बोललो होतो आणि
झ्या निराशेमुळे,त्याच्याकडे सांगण्यासारखे थोडेच होते. तर माझा पहिला
,तो काही अपरिभाषित परिणाम एक व्यक्ती आहे,होते
हळू क्षीण होत गेले आणि तो फक्त एका चा मालक बनला
ारी विस्तृत रोडहाऊस.

णि मग ती अस्वस्थ करणारी राइड आली. आम्ही वेस्ट एगला पोहोचलो नव्हतो
स्बीच्या आधीच्या गावाने आपली मोहक वाक्ये अपूर्ण ठेवण्यास सुरुवात केली
णि त्याच्या कारमेल रंगाच्या गुडघ्यावर अनिर्णयपणे स्वत: ला चापट मारली

कडे बघ,जुना खेळ," तो आश्चर्याने बाहेर पडला," तुझे काय आहे

चे 137पृष्ठ47

माझ्याबद्दलचे मत,तरीही? "

थोडेसे भारावून,मी सामान्यीकृत चोरीला सुरुवात केली जे की
प्रश्न पात्र आहे.

" बरं,मी तुला माझ्या आयुष्याबद्दल काहीतरी सांगणार आहे," त्याने व्यत्यय आणल
“ तुम्ही या सर्व कथांमधून माझ्याबद्दल चुकीची कल्पना यावी असे मला वाटत नाह
ऐकणे "

त्यामुळे संभाषणाची चव वाढवणाऱ्या विचित्र आरोपांची त्याला जाणीव होती
त्याच्या हॉलमध्ये.

“ मी तुला देवाचे सत्य सांगेन.त्याच्या उजव्या . हाताने अचानक दैवी आदेश दिला
पाठीशी उभे राहण्यासाठी प्रतिशोध. " मी काही श्रीमंत लोकांचा मुलगा आहे
मध्य पश्चिम - आता सर्व मृत. मी अमेरिकेत लहानाचा मोठा झालो,पण शिकलो
ऑक्सफर्ड,कारण माझ्या सर्व पूर्वजांनी तेथे अनेकांना शिक्षण दिले आहे
वर्षे ही एक कौटुंबिक परंपरा आहे. "

त्याने माझ्याकडे बाजूला पाहिले - आणि जॉर्डन बेकरने त्याच्यावर विश्वास का ठेव
हे मला माहित होते
खोटे बोलत होता. त्याने घाईघाईने “ ऑक्सफर्ड येथे शिक्षण घेतले ” किंवा गिळले
ते,किंवा त्यावर गुदमरले,जणूकाही ते त्याला आधी त्रास देत होते. आणि सह
या शंका,त्याचे संपूर्ण विधान तुकडे पडले,आणि मला आश्चर्य वाटले की
शेवटी,त्याच्याबद्दल काही अशुभ गोष्ट नव्हती .

" मध्य पश्चिमेचा कोणता भाग? ” मी सहजच चौकशी केली.

" सॅन फ्रान्सिस्को. "

“ मी पाहतो. "

“ माझ्या कुटुंबातील सर्व मरण पावले आणि माझ्याकडे चांगला पैसा आला. "

त्याचा आवाज गंभीर होता,जणू त्या अचानक नामशेष झाल्याची आठवण
वंश अजूनही त्याला पछाडत आहे. क्षणभर मला शंका आली की तो खेचत आहे
माझा पाय,पण त्याच्याकडे एका नजरेने मला अन्यथा पटले.

“ त्यानंतर मी सर्व राजधान्यांमध्ये तरुण राजाप्रमाणे राहिलो
युरोप - पॅरिस,व्हेनिस,रोम - दागिने गोळा करणे,मुख्यतः माणिक,शिकार
मोठा खेळ,थोडे चित्रकला,फक्त माझ्यासाठी गोष्टी,आणि प्रयत्न
खूप पूर्वी माझ्यासोबत घडलेली खूप दुःखद गोष्ट विसरून जा. "

एका प्रयत्नाने मी माझ्या अविश्वासू हास्याला आवर घालू शकलो. अगदी
वाक्ये इतकी थ्रेडबेअर केली गेली होती की त्यांनी त्याशिवाय कोणतीही प्रतिमा
निर्माण केली नाही
पगडी असलेला “ पात्र ” तो पाठलाग करत असताना प्रत्येक छिद्रातून भुसा गळत ह
बोईस डी बोलोनमधून वाघ.

“ मग युद्ध आले,जुना खेळ. तो एक मोठा दिलासा होता,आणि मी खूप प्रयत्न केला
मरणे कठिण आहे,पण मला एक मंत्रमुग्ध जीवन सहन होत आहे. मी स्वीकारले
तो सुरू झाला तेव्हा प्रथम लेफ्टनंट म्हणून कमिशन. अर्गोन जंगलात आय

द ग्रेट गॅट्सब

झ्या मशीन-गन बटालियनचे अवशेष इतके पुढे नेले की तिथे
मच्च्या दोन्ही बाजूला अर्धा मैल अंतर होते जिथे पायदळ शक्य नव्हते
ाती. आम्ही तेथे दोन दिवस आणि दोन रात्री,एकशे तीस थांबलो
ळा लुईस तोफा असलेले पुरुष,आणि जेव्हा पायदळ शेवटी आले
ा ढिगाऱ्यांमध्ये त्यांना तीन जर्मन विभागांचे चिन्ह आढळले
त मला मेजर म्हणून बढती मिळाली आणि प्रत्येक मित्र राष्ट्र सरकारने दिली
ला एक सजावट — अगदी मॉन्टेनेग्रो,थोडे मॉन्टेनेग्रो खाली
ड्रियाटिक समुद्र! "

हान मॉन्टेनेग्रो! त्याने शब्द वर केले आणि त्यांच्याकडे होकार दिला — त्याच्यासह
मत स्मिताने मॉन्टेनेग्रोचा त्रासदायक इतिहास समजून घेतला आणि
न्टेनेग्रिन लोकांच्या शूर संघर्षाबद्दल सहानुभूती बाळगली. ते
ष्ट्रीय परिस्थितीच्या साखळीचे पूर्ण कौतुक केले
न्टेनेग्रोच्या उबदार लहान हृदयाकडून ही श्रद्धांजली . माझे
विश्वास आता मोहात बुडाला होता; ते स्किमिंगसारखे होते
ईघाईने डझनभर मासिकांद्वारे.

त्याच्या खिशात पोचला आणि रिबनवर लटकलेला धातूचा तुकडा,
झ्या तळहातावर पडले.

तो मॉन्टेनेग्रोचा आहे . "

झ्या आश्चर्यासाठी,त्या गोष्टीला एक अस्सल स्वरूप होता. " ऑर्डर द्या
नेलो," मॉन्टेनेग्रो ,निकोलस रेक्स , गोलाकार आख्यायिका चालवली . "

वळा. "

मेजर जय गॅट्सबी," मी वाचले," शौर्यासाठी असाधारण. "

ही दुसरी गोष्ट मी नेहमी बाळगतो. ऑक्सफर्ड दिवसांची स्मरणिका. ते
निटी क्वाडमध्ये घेतले होते — माझ्या डावीकडील माणूस आता अर्ल ऑफ आहे
नकास्टर. "

झर घातलेल्या अर्धा डझन तरुणांचा तो फोटो होता
रण ज्यातून अनेक चिंते दिसत होती. गॅट्सबी होता,
सायला थोडा,जास्त नाही,तरुण — हातात क्रिकेटची बॅट.

ा ते सर्व खरे होते. मी त्याच्या महालात वाघांची कातडे उधळताना पाहिली
 कालव्यावर; मी त्याला आराम करण्यासाठी माणिकांची छाती उघडताना पाहिले
ांची किरमिजी रंगाची प्रकाशमय खोली,त्याच्या तुटलेल्या हृदयाचे कुरतडणे.

ज “ मी तुला एक मोठी विनंती करणार आहे,” तो खिशात टाकत म्हणाला
ाधानाने स्मृतीचिन्ह,“ म्हणून मला वाटले की तुला काहीतरी माहित असावे
झ्याबद्दल. मी फक्त कोणीही नाही असे तुम्हाला वाटावे असे मला वाटत नव्हते .
ही बघा,
 सहसा अनोळखी लोकांमध्ये सापडतो कारण मी इकडे तिकडे वाहून जातो
झ्यासोबत घडलेल्या दुःखद गोष्टी विसरण्याचा प्रयत्न करत आहे. " तो संकोचला.
तुम्ही आज दुपारी याबद्दल ऐकू शकाल . "

दुपारच्या जेवणात? "

" नाही,आज दुपारी. मला कळले की तू मिस घेत आहेस
बेकर ते चहा. "

“ तुला म्हणायचे आहे की तू मिस बेकरच्या प्रेमात आहेस ? "

" नाही,जुना खेळ,मी नाही . पण मिस बेकर यांनी दयाळूपणे बोलण्यास संमती दिली
या प्रकरणाबद्दल तुम्हाला. "

मला " हे प्रकरण " काय आहे याची अजिबात कल्पना नव्हती ,परंतु मी अधिक होतो
स्वारस्य पेक्षा नाराज. मी जॉर्डनला चहा करायला सांगितले नव्हते
श्री जे गॅट्सबी चर्चा करा. मला खात्री होती की विनंती काहीतरी असेल
पूर्णपणे विलक्षण,आणि क्षणभर मला खेद वाटला की मी कधीही पाऊल ठेवले नाही
त्याचे जास्त लोकसंख्या असलेले लॉन.

तो दुसरा शब्द बोलणार नाही . जसजसे आम्ही जवळ येत गेलो तसतसे त्याची
अचूकता त्याच्यावर वाढत गेली
शहर. आम्ही पोर्ट रुझवेल्ट पार केले,तिथे एक झलक होती
लाल-पट्टे असलेली समुद्रात जाणारी जहाजे,आणि रांगेत बांधलेल्या झोपडपट्टीच्या
बाजूने वेगवान
फिकट-गिल्ट एकोणीसशे लोकांचे गडद,निर्जन सलून.
मग आमच्या दोन्ही बाजूंनी राखेची दरी उघडली आणि मला ए
श्रीमती विल्सन गॅरेज पंपावर धडधडत असतानाची झलक
आम्ही जात असताना चैतन्य.

पंखांप्रमाणे पसरलेल्या फेंडर्ससह आम्ही अर्ध्या भागातून प्रकाश विखुरला
Astoria – फक्त अर्धा,आम्ही उंच खांब आपापसांत twisted म्हणून
मी परिचित ऐकले " जग-जुग-थपडा! एक मोटारसायकल ,आणि एक उन्मत्त
पोलीस सोबत चालला.

" ठीक आहे,जुना खेळ," गॅट्सबी म्हणतात. आम्ही वेग कमी केला. एक पांढरा घेणे
त्याच्या पाकीटातील कार्ड त्याने त्या माणसाच्या डोळ्यांसमोर फिरवले .

" बरोबर आहेस," पोलिसाने टोपी टिपत होकार दिला. " पुढे ओळखतो
वेळ,मिस्टर गॅट्सबी. मला माफ करा! "

" ते काय होते? " मी चौकशी केली. " ऑक्सफर्डचे चित्र? "

“ मी आयुक्तांची एकदा उपकार करू शकलो,आणि त्यांनी मला पाठवले
ख्रिसमस कार्ड दरसाल. "

मोठ्या पुलावर,गर्डरद्वारे सूर्यप्रकाशासह ए
चालत्या गाड्यांवर सतत झटका,शहराच्या पलीकडे वरती
पांढऱ्या ढिगाऱ्यांमधली नदी आणि साखरेच्या ढिगाऱ्यांमधले हे सर्व बाहेरच्या इच्छेने
बांधलेले आहे
नॉनफॅक्टरी पैसा. क्वीन्सबोरो ब्रिजवरून दिसणारे शहर नेहमीच असते
शहर प्रथमच पाहिले,सर्व पहिल्या वन्य वचनात
रहस्य आणि जगातील सौंदर्य.

क मेलेला माणूस आमच्याकडे फुलांच्या ढिगाऱ्याच्या ढिगाऱ्यातून पुढे गेला आणि
ाच्यामागे दोघे आले
ाढलेल्या पट्ट्यांसह carriages,आणि साठी अधिक आनंदी carriages
त्र मित्रांनी आमच्याकडे दुःखद नजरेने आणि लहान नजरेने पाहिले
ाग्नेय युरोपचे वरचे ओठ,आणि मला ते पाहून आनंद झाला
टुस्बीच्या भव्य कारचा समावेश त्यांच्या भयंकर सुट्टीत होता. जसे आम्ही
नकवेलचे बेट ओलांडून एक लिमोझिन आमच्या पुढे गेली,एका पांढऱ्याने चालवली
ालक,ज्यामध्ये तीन मॉडिश निग्रो,दोन पैसे आणि एक मुलगी बसली होती. आय
ांच्या डोळ्यातील अंड्यातील पिवळ बलक आमच्या दिशेने सरकत असताना
ाठ्याने हसले
र्विष्ठ शत्रुत्व.

ापण आता " या पुलावरून सरकलो तेव्हा काहीही होऊ शकते ," मला वाटले;
काहीही ..."

गदी गॅटस्बी देखील घडू शकते,कोणतेही विशेष आश्चर्य न करता.

-- ----------------------------------

र्जना करणारी दुपार. चाळीस सेकंदाच्या रस्त्यावरील तळघरात मी गॅट्सबीला भेटलो
वणासाठी. बाहेरच्या रस्त्यावरची चमक दूर करून माझे डोळे पाणावले
सऱ्या माणसाशी बोलून त्याला अस्पष्टपणे बाहेर काढले.

मिस्टर कॅरावे,हा माझा मित्र मिस्टर वोल्फशीम आहे. "

का लहान,सपाट नाकाच्या ज्यूने त्याचे मोठे डोके वर केले आणि मला दोन नजरेने
ाहिले
साची बारीक वाढ जी एकतर नाकपुडीमध्ये विलासी होते. नंतर ए
र्ध्या अंधारात मला त्याचे छोटे डोळे सापडले.

म्हणून मी त्याच्याकडे एक नजर टाकली," मिस्टर वोल्फशीम माझा हात हलवत
णाले
नापासून," आणि तुला काय वाटतं मी काय केलं? "

काय? " मी नम्रपणे चौकशी केली.

ग स्पष्टपणे तो मला संबोधत नव्हता,कारण त्याने माझा हात सोडला आणि
ट्स्बीला त्याच्या अर्थपूर्ण नाकाने झाकले.

मी कॅट्सपॉफला पैसे दिले आणि मी म्हणालो: ' ठीक आहे,कॅटस्पॉ,
ोपर्यंत तो तोंड बंद करत नाही तोपर्यंत त्याला एक पैसाही देऊ ' . नका मग त्याने ते
द केले आणि
ये. "

ट्सबीने आम्हा प्रत्येकाचा हात धरला आणि पुढे सरकले
टॉरंट,ज्यावर मिस्टर वोल्फशीम यांनी एक नवीन वाक्य गिळले
रू होणे आणि निद्रानाशातील अमूर्ततेमध्ये गुंतलेले.

हायबॉल्स? " हेड वेटरने विचारले.

हे इथले छान रेस्टॉरंट आहे," मिस्टर वोल्फशीम बघत म्हणाले

चे 137पृष्ठ51

कमाल मर्यादा वर presbyterian nymphs. " पण मला रस्ता ओलांडणे आवडते चांगले! "

" होय,हायबॉल," गॅट्सबीने सहमती दर्शवली आणि नंतर मिस्टर वोल्फशीमला : " तेहे आहे
तिकडे गरम. "

" उष्ण आणि लहान - होय," मिस्टर वोल्फशीम म्हणाले," पण आठवणींनी भरलेले. "

" ती कोणती जागा आहे? " मी विचारले.

" जुने मेट्रोपोल. "

" जुने मेट्रोपोल," मिस्टर वोल्फशीम उदासपणे बोलले. " भरले आहे
मेलेले आणि गेलेले चेहरे. मित्रांनी भरलेले आता कायमचे गेले. मी करू शकत नाही
मी जगतो तोपर्यंत विसरून जा ज्या रात्री त्यांनी रोझी रोसेन्थलला तिथे शूट केले. ते
आम्ही सहाजण टेबलावर होतो आणि रोझीने खूप खाल्लं आणि प्यायलं
संध्याकाळ सकाळ झाली तेव्हा वेटर त्याच्याकडे आला
मजेदार देखावा आणि म्हणतो की कोणीतरी त्याच्याशी बाहेर बोलू इच्छित आहे. ' स
बरोबर,' रोझी म्हणते,आणि उठायला सुरुवात करते आणि मी त्याला खाली ओढले
खुर्ची.

तुझी इच्छा असेल तर ,रोझी '" त्यांना इथे येऊ द्या,पण नको
तू,मला मदत कर,या खोलीच्या बाहेर जा. '

“ तेव्हा पहाटेचे चार वाजले होते,आणि आम्ही उठलो तर
आंधळे आम्ही दिवसाचा प्रकाश पाहतो. "

" तो गेला का? " मी निरागसपणे विचारले.

" नक्कीच तो गेला. " मिस्टर वोल्फशीमचे नाक माझ्याकडे रागावले. " तो
दारात वळून म्हणाला: ' त्या वेटरला घेऊन जाऊ देऊ नका
माझी कॉफी! ' मग तो फुटपाथवर गेला आणि त्यांनी त्याच्यावर तीन गोळ्या झाडल्य
त्याच्या पूर्ण पोटात वेळा आणि दूर घडवून आणले. "

" त्यातील चार जणांना विजेचा धक्का बसला होता," मी आठवत म्हणालो.

" पाच,बेकरसह. " त्याच्या नाकपुड्या माझ्याकडे उत्सुकतेने वळल्या.
" मला समजले की तुम्ही व्यवसाय शोधत आहात. "

या दोघांच्या टिपण्णीचा मिलाफ धक्कादायक होता. गॅट्सबीने उत्तर दिले
माझ्यासाठी:

“ अरे,नाही,” तो उद्गारला,“ हा तो माणूस नाही . "

" नाही? " मिस्टर वोल्फशीम निराश दिसत होते.

" हा फक्त एक मित्र आहे. मी तुम्हाला सांगितले की आपण त्याबद्दल आणखी काही बोलू
वेळ "

द ग्रेट गॅट्सब

ी तुझी माफी मागतो," मिस्टर वोल्फशीम म्हणाले," माझा एक चुकीचा माणूस
ता. "

ƒ रसाळ हॅश आला,आणि मिस्टर वोल्फशीम,आणखी विसरला
्या मेट्रोपोलच्या भावनिक वातावरणाने खायला सुरुवात केली
सफाईदारपणा. त्याच वेळी,त्याचे डोळे सर्वत्र हळू हळू फिरले
ली – त्याने लोकांची तपासणी करण्यासाठी वळून चाप पूर्ण केला
मागे. मला वाटते की,माझी उपस्थिती वगळता,तो असेल
मच्या स्वतःच्या टेबलाखाली एक छोटीशी नजर टाकली.

इकडे बघ,जुना खेळ," गॅट्सबी माझ्याकडे झुकत म्हणाला," मला भीती वाटते
ज सकाळी गाडीत तुला थोडा राग आला. "

हा हसू आले,पण यावेळी मी विरोध केला.

ाला रहस्ये आवडत नाहीत," मी उत्तर दिले," आणि मला समजत नाही की तू का?
णार नाही आणि तुला काय हवे आहे ते सांगणार नाही. हे सर्व का मिळाले आहे
स बेकरच्या माध्यमातून येण्यासाठी? "

भरे,हे काही गुप्त नाही," त्याने मला आश्वासन दिले. " मिस बेकर छान आहे
ोर्ट्सवुमन,तुम्हाला माहिती आहे,आणि तिने कधीही असे काहीही केले नाही जे सर्व
हते
बर "

ानक त्याने घड्याळाकडे पाहिले,उडी मारली आणि खोलीतून घाईघाईने निघून
ा.
ा मिस्टर वोल्फशीम सोबत टेबलावर सोडत आहे.

्याला टेलिफोन करावा लागेल," मिस्टर वोल्फशीम त्याच्या पाठोपाठ म्हणाला
ळे " चांगला मित्र,तो नाही का ? दिसायला देखणा आणि परफेक्ट
ज्जन "

ो. "

ऑग्सफोर्डचा माणूस आहे . "

रो! "

इंग्लंडमधील ऑग्सफोर्ड कॉलेजमध्ये गेला. तुम्हाला ऑग्सफोर्ड कॉलेज माहित आहे
? "

ी त्याबद्दल ऐकले आहे . "

जगातील सर्वात प्रसिद्ध महाविद्यालयांपैकी एक आहे . "

ुम्ही गॅट्सबीला बर्याच काळापासून ओळखता का? " मी चौकशी केली.

अनेक वर्षे," त्याने समाधानी उत्तर दिले. " मी आनंद केला
ानंतर त्याची ओळख. पण मला माहित आहे की मी ए
त्याच्याशी तासभर बोलल्यानंतर उत्तम प्रजनन करणारा माणूस. मी म्हटलं
त: तुम्हाला ' ज्या प्रकारचा माणूस घरी घेऊन जायला आवडेल

चे 137पृष्ठ53

तुमच्या आई आणि बहिणीला. '" तो थांबला. " मी पाहतोय तू माझ्याकडे बघत आ
कफ बटणे. "

मी त्यांच्याकडे बघत नव्हतो,पण आता पाहिलं . ते बनलेले होते
हस्तिदंताचे विचित्रपणे परिचित तुकडे.

" मानवी दाढीचे उत्कृष्ट नमुने," त्याने मला माहिती दिली.

" बरं! " मी त्यांची पाहणी केली. " ही खूप मनोरंजक कल्पना आहे . "

" हो. " त्याने त्याच्या कोटाखाली बाही फिरवली. " हो,गॅट्सबी खूप आहे
महिलांबाबत सावध. मित्राकडे पाहण्याइतपत तो कधीच पाहणार नाही
पत्नी "

जेव्हा या उपजत विश्वासाचा विषय टेबलवर परत आला आणि
मिस्टर वोल्फशीम खाली बसला आणि एका झटक्याने त्याची कॉफी प्याली आणि
त्याच्याकडे आला
पाय

" मी माझ्या दुपारच्या जेवणाचा आनंद घेतला," तो म्हणाला," आणि मी तुझ्यापासू
पळून जाणार आहे
माझ्या स्वागतापूर्वी दोन तरुण. "

" मेयरला घाई करू नका," गॅटस्बी उत्साहाशिवाय म्हणाला. मिस्टर वुल्फशीम
एकप्रकारे आशीर्वादाने हात वर केला.

" तू खूप विनम्र आहेस ,पण मी दुसऱ्या पिढीचा आहे," त्याने जाहीर केले
गंभीरपणे " तुम्ही इथे बसा आणि तुमच्या खेळाबद्दल आणि तुमच्या तरुणींवर चर्चा
करा
and your —" त्याने त्याच्या दुसऱ्या लाटेसह एक काल्पनिक संज्ञा दिली
हात " माझ्यासाठी,मी पन्नास वर्षांचा आहे आणि मी स्वत: ला लादणार नाही
आपण यापुढे. "

हस्तांदोलन करून वळून जाताना त्याचे दुःखद नाक थरथरत होते. आय
मी त्याला नाराज करण्यासाठी काही बोललो तर आश्चर्य वाटले.

" तो कधीकधी खूप भावूक होतो," गॅट्सबीने स्पष्ट केले. " हे आहे
त्याच्या भावनिक दिवसांपैकी एक. तो न्यूयॉर्कच्या आसपास एक पात्र आहे - ए
ब्रॉडवेचे नागरिक. "

" तो कोण आहे,तरीही,अभिनेता? "

" नाही. "

" दंतवैद्य? "

" मेयर वुल्फशीम? नाही,तो जुगारी आहे . " गॅट्सबीने संकोच केला,नंतर जोडले,
शांतपणे: " तो तो माणूस आहे ज्याने 1919 मध्ये जागतिक मालिका निश्चित केली
होती . "

जगाची निश्चित केली मालिका ? " मी पुनरावृत्ती केली.

] कल्पनेने मला थक्क केले. मला अर्थातच आठवलं की जगाचं
ालिका 1919 मध्ये निश्चित झाली होती,परंतु जर मी याचा विचार केला असता तर

वळ घडलेली गोष्ट,त्याचा शेवट असा विचार केला असता
ाही अपरिहार्य साखळी. एक माणूस करू शकतो हे मला कधीच वाटले नाही
नास दशलक्ष लोकांच्या विश्वासाशी खेळायला सुरुवात करा — सह
जोरी उडवणाऱ्या चोरट्याचा एकलकोंडा.

त्याने असे कसे केले? " मी एका मिनिटाने विचारले.

त्याने फक्त संधी पाहिली. "

तो तुरुंगात का नाही ? "

ते त्याला मिळवू शकत नाहीत ,जुना खेळ. तो हुशार माणूस आहे . "

चेक द्यायचा आग्रह धरला. वेटरने माझा बदल आणला म्हणून मी
र्दीच्या खोलीत टॉम बुकाननचे दर्शन झाले.

एक मिनिट माझ्याबरोबर चल," मी म्हणालो; " मला नमस्कार म्हणायचे आहे
णीतरी "

ाम्हाला पाहताच टॉमने उडी मारली आणि आमच्या दिशेने अर्धा डझन पावले टाकली
शा.

" कुठे होतास? " त्याने उत्सुकतेने मागणी केली. " डेझी रागावली आहे कारण तू
ॉल केला नाही . "

हे मिस्टर गॅट्सबी,मिस्टर बुकानन आहेत. "

ांनी थोडक्यात हस्तांदोलन केले,आणि एक अनोळखी,अनोळखी रूप
ट्सबीच्या चेहऱ्यावर लाजिरवाणे भाव उमटले .

" कसा होतास,तरीही? " टॉमने माझ्याकडे मागणी केली. " तुझं कसं झालं
वायला इथपर्यंत आलात? "

मी मिस्टर गॅट्सबी सोबत जेवत आहे . "

मिस्टर गॅट्सबीकडे वळलो,पण ते आता तिथे नव्हते.

-- ----------------------------------

कोणीस-सतरा मधील एक ऑक्टोबरचा दिवस -

ग्रा दिवशी दुपारी जॉर्डन बेकर म्हणाला,अगदी सरळ बसला
ाझा हॉटेलमधील चहाच्या बागेत सरळ खुर्ची)

मी एका ठिकाणाहून दुसरीकडे चालत होतो,अर्ध्या फुटपाथवर
णि अर्धा लॉन वर. मी हिरवळीवर जास्त आनंदी होतो कारण माझ्याकडे होते
लडमधील शूज ज्या तळव्यात घुसतात त्यावर रबरी नॉब्स
ऊ जमीन. माझ्याकडे नवीन प्लेड स्कर्ट देखील होता जो थोडासा उडाला होता
रा,आणि जेव्हा हे घडले तेव्हा लाल,पांढरे आणि निळे बॅनर

चे 137पृष्ठ55

सर्व घरांसमोर ताठ पसरले आणि तुट-तुट-तुट-तुट म्हणाले,
नामंजूर मार्गाने.

सर्वात मोठे बॅनर आणि सर्वात मोठे लॉन मालकीचे होते
डेझी फेचे घर . ती माझ्यापेक्षा फक्त अठरा वर्षांनी मोठी होती,आणि
लुईव्हिलमधील सर्व तरुण मुलींमध्ये आतापर्यंत सर्वात लोकप्रिय. ती
पांढरे कपडे घातलेले,आणि थोडे पांढरे रोडस्टर होते,आणि दिवसभर
तिच्या घरी टेलिफोन वाजला आणि कॅम्पमधील तरुण अधिकारी उत्साहित झाले
टेलरने तिची मक्तेदारी करण्याचा विशेषाधिकार मागितला
रात्री " असो,एका तासासाठी! "

त्या दिवशी सकाळी मी तिच्या घरासमोर आलो तेव्हा तिचा पांढरा रोडस्टर होता
कर्बच्या बाजूला,आणि ती त्यात माझ्या एका लेफ्टनंटसोबत बसली होती
यापूर्वी कधीही पाहिले नाही. ते एकमेकांत इतके तल्लीन झाले होते की ती
मी पाच फूट दूर होईपर्यंत मला पाहिले नाही .

" हॅलो,जॉर्डन," तिने अनपेक्षितपणे हाक मारली. " कृपया इकडे या. "

मला खूप आनंद झाला की तिला माझ्याशी बोलायचे आहे,सर्व गोष्टींमुळे
मोठ्या मुली मला तिची खूप आवड होती. तिने मला विचारले की मी रेडला जात आ
का?
पट्ट्या तयार करण्यासाठी क्रॉस. मी होतो. बरं,मग मी त्यांना सांगू का ती
त्या दिवशी येऊ शकलो ? नाही ती असताना अधिकाऱ्याने डेझीकडे पाहिले
प्रत्येक तरुण मुलीकडे पाहिले जावे असे वाटते
कधीतरी,आणि ते मला रोमँटिक वाटल्यामुळे मला ते आठवले
तेव्हापासूनची घटना. त्याचे नाव जे गॅटस्बी होते आणि मी त्याच्याकडे लक्ष दिले नाही
त्याला पुन्हा चार वर्षांहून अधिक काळ — लाँग आयलंड I वर मी त्याला भेटल्यानंतर
तोच माणूस होता हे कळले नाही .

ते एकोणीस-सतरा वर्ष होते. पुढच्या वर्षी माझ्याकडे काही ब्युक्स होती
मी स्वतः,आणि मी स्पर्धांमध्ये खेळू लागलो,म्हणून मी डेझीला फारसे पाहिले नाही
अनेकदा ती जरा मोठ्या जमावासोबत गेली - जेव्हा ती कोणाशीही गेली
अजिबात. तिच्याबद्दल जंगली अफवा पसरत होत्या - तिची आई कशी होती
तिला हिवाळ्याच्या एका रात्री न्यूयॉर्कला जाण्यासाठी तिची बॅग पॅक करताना
सापडली आणि म्हणाली
परदेशात जाणाऱ्या एका सैनिकाचा निरोप. ती प्रभावीपणे होती
प्रतिबंधित केले,परंतु ती तिच्या कुटुंबाशी बोलत नव्हती
अनेक आठवडे. त्यानंतर ती सैनिकांसोबत खेळली नाही
अधिक,परंतु शहरातील काही सपाट पायांच्या,अदूरदर्शी तरुणांसह,
ज्यांना सैन्यात अजिबात प्रवेश मिळू शकला नाही .

पुढच्या शरद ऋतूपर्यंत ती पुन्हा समलिंगी झाली,नेहमीसारखी समलिंगी. तिला
जाहिरात होती पण
युद्धविरामानंतर,आणि फेब्रुवारीमध्ये ती बहुधा ए
न्यू ऑर्लीन्समधील माणूस. जूनमध्ये तिने शिकागोच्या टॉम बुकाननशी लग्न केले.
लुईव्हिलला पूर्वी माहित नसलेल्यापेक्षा जास्त थाटामाटात आणि परिस्थितीने. तो
चार खाजगी गाड्यांमधून शंभर लोकांसह खाली आले आणि ए
Muhlbach हॉटेलचा संपूर्ण मजला,आणि लग्नाच्या आदल्या दिवशी तो
तिला तीन लाख पन्नास हजार किमतीची मोत्यांची तार दिली

चे 137पृष्ठ56

द ग्रेट गॅट्सब

ॉलर्स

ो वधू होते. मी अर्धा तास आधी तिच्या खोलीत आलो
धूचे रात्रीचे जेवण,आणि तिला तिच्या पलंगावर पडलेली ती जूनसारखी सुंदर दिसली
त्रे तिच्या फुलांच्या पोशाखात - आणि माकडासारखी नशेत. तिच्याकडे एक बाटली
ती
का हातात सॉटर्न आणि दुसऱ्या हातात पत्र.

माझे अभिनंदन करा,' ती कुरकुरली. " आधी कधीच प्यायले नव्हते,पण कसे
त्याचा आनंद घेतो. "

काय आहे ,डेझी? "

घाबरलो होतो,मी तुम्हाला सांगू शकतो; अशी मुलगी मी यापूर्वी कधीच पाहिली
नव्हती

येथे,प्रिये. तिने तिच्याजवळ असलेल्या एका टाकाऊ टोपलीत फेरफटका मारला
डवर आणि मोत्यांची तार बाहेर काढली. त्यांना " खाली घेऊन जा
ाणि ते ज्याचे आहेत त्यांना परत द्या. ते सर्व डेझीला सांगा _
ची माझी बदला . म्हणा: ' डेझी चेंज ' ! तिची माझी '"

रडायला लागली — ती रडत रडली. मी धावत बाहेर जाऊन तिला शोधले
ाईची मोलकरीण,आणि आम्ही दार बंद करून तिला थंड आंघोळीसाठी आणले.
पत्र सोडणार नाही . तिने ते तिच्यासोबत टबमध्ये घेतले
ाणि तो ओल्या बॉलमध्ये पिळून काढला,आणि फक्त मला तो मध्ये सोडू द्या
व्हा तिने पाहिले की साबण-डिश बर्फासारखे तुकडे होत आहे.

ग ती दुसरा शब्द बोलली नाही . आम्ही तिला अमोनियाचे आत्मे दिले आणि
च्या कपाळावर बर्फ लावला आणि तिला परत तिच्या पोशाखात अडकवले आणि
र्धा
क तासानंतर,आम्ही खोलीतून बाहेर पडलो,तेव्हा मोती आजूबाजूला होते
ची मान आणि घटना संपली. दुसऱ्या दिवशी ती पाच वाजता
म बुकाननशी फारसा थरकाप न करता लग्न केले आणि सुरुवात केली
क्षिण समुद्रात तीन महिन्यांची . सहल

व्हा ते परत आले तेव्हा मी त्यांना सांता बार्बरामध्ये पाहिले आणि मला वाटले की मी
च्या नवऱ्याबद्दल इतकी वेडी मुलगी कधीच पाहिली नाही. त्याने खोली सोडली तर ए
णभर ती अस्वस्थपणे आजूबाजूला पाहते आणि म्हणाली: " टॉम कुठे ? गेला "
ाणि
ोपर्यंत तिने त्याला आत येताना पाहिले नाही तोपर्यंत सर्वात अमूर्त अभिव्यक्ती घाला
र ती त्याच्या मांडीवर डोके ठेवून वाळूवर बसायची
सभर,तिच्या डोळ्यांवर बोटं चोळत आणि त्याच्याकडे पाहत
तुलनीय आनंद. त्यांना एकत्र पाहणे हृदयस्पर्शी होते — यामुळे तुम्हाला घडले
ांत,मोहित मार्गाने हसणे. ते ऑगस्टमध्ये होते. एका आठवड्यानंतर मी
ांता बार्बरा टॉम एका रात्री व्हेंचुरा रस्त्यावर एका वॅगनमध्ये पळत सुटला,
ाणि त्याच्या कारचे पुढचे चाक फाडले. त्याच्यासोबत असलेली मुलगी मिळाली
ागदपत्रांमध्ये देखील,कारण तिचा हात तुटला होता — ती त्यापैकी एक होती
ांता बार्बरा हॉटेलमधील चेंबरमेड्स.

चे 137पृष्ठ57

पुढील एप्रिल डेझीला तिची लहान मुलगी होती आणि ते फ्रान्सला गेले
एक वर्ष. मी त्यांना कान्समध्ये एक वसंत ऋतु पाहिले आणि नंतर ड्यूव्हिलमध्ये,आणि
नंतर ते स्थायिक होण्यासाठी शिकागोला परत आले. मध्ये डेझी लोकप्रिय होती
शिकागो,जसे तुम्हाला माहीत आहे. ते सर्व तरुण,वेगवान गर्दीसह पुढे गेले
आणि श्रीमंत आणि जंगली,पण ती पूर्णपणे परिपूर्ण सह बाहेर आली
प्रतिष्ठा कदाचित ती पीत नाही मोठा . म्हणून फायदा आहे
मद्यपान करणाऱ्या लोकांमध्ये मद्यपान करू नये. तुम्ही तुमची जीभ धरू शकता आणि
शिवाय,आपण आपल्या स्वत: च्या कोणत्याही लहान अनियमितता वेळ करू शकता
जेणेकरून
बाकी सगळे इतके आंधळे आहेत की त्यांना दिसत नाही किंवा काळजीही नाही.
कदाचित डेझी
प्रेमासाठी कधीच गेलो नाही — आणि तरीही त्या आवाजात काहीतरी आहे
तिच्या ...

बरं,सुमारे सहा आठवड्यांपूर्वी तिने गॅट्सबी हे नाव पहिल्यांदा ऐकलं
वर्षांमध्ये वेळ. जेव्हा मी तुला विचारले - तुला आठवते का? - जर तुला माहीत असेल
वेस्ट अंडी मध्ये Gatsby. तू घरी गेल्यावर ती माझ्या खोलीत आली आणि
मला उठवले,आणि म्हणाले: " काय गॅट्सबी? " आणि जेव्हा मी त्याचे वर्णन केले - मी
होतो
अर्धी झोप - ती विचित्र आवाजात म्हणाली की तो माणूस असावा
तिला माहित असायचे. तोपर्यंत मी हे गॅट्सबी कनेक्ट केले नव्हते
अधिकाऱ्यासोबत तिच्या पांढऱ्या कारमध्ये.

जॉर्डन बेकरने हे सर्व सांगून झाल्यावर आम्ही प्लाझा सोडले
अर्धा तास आणि सेंट्रल पार्कमधून व्हिक्टोरियामध्ये गाडी चालवत होतो.
चित्रपटातील तारकांच्या उंच अपार्टमेंटच्या मागे सूर्य अस्ताला गेला होता
पश्चिम अर्धशतक,आणि मुलांचे स्पष्ट आवाज आधीच जमले आहेत
गवतावरील चकत्यांप्रमाणे,उष्ण संधिप्रकाशातून उठले:

" मी अरबीचा शेख आहे . तुझे प्रेम माझे आहे. रात्री जेव्हा
तू तुझ्या तंबूत झोपला आहेस मी रेंगाळेन - "

" हा एक विचित्र योगायोग होता," मी म्हणालो.

" पण तो अजिबात योगायोग . नव्हता "

" का नाही? "

" गॅट्सबीने ते घर विकत घेतले जेणेकरून डेझी खाडीच्या पलीकडे असेल. "

मग ते केवळ तारे राहिले नव्हते ज्याची त्याला आकांक्षा होती
जूनची रात्र. तो माझ्याकडे जिवंत झाला,त्याच्या गर्भातून अचानक जन्माला आला
त्याचे हेतूहीन वैभव.

" त्याला जाणून घ्यायचे आहे," जॉर्डन पुढे म्हणाला," जर तुम्ही डेझीला तुमच्या
दुपारी घरी जा आणि मग त्याला येऊ द्या. "

मागणीचा नम्रपणा मला हादरवून गेला. त्याने पाच वर्षे वाट पाहिली होती आणि

चे 137पृष्ठ58

ाने एक वाडा विकत घेतला जिथे त्याने अनौपचारिक पतंगांना तारेचा प्रकाश दिला - गेकरून
काही दुपारी अनोळखी व्यक्तीच्या बागेत येऊ " " शकतो .

याने एवढी छोटीशी गोष्ट विचारण्याआधी मला हे सगळं कळायला हवं होतं का? "

ो घाबरला आहे ,तो इतका वेळ वाट पाहत आहे . त्याला वाटले की तुम्ही असाल ाज तुम्ही पहा,तो या सर्वांच्या खाली नेहमीचा कठीण आहे. "

ा काहीतरी काळजी वाटत होती.

याने तुला मीटिंगची व्यवस्था करण्यास का सांगितले ? नाही "

तेने त्याचे घर पाहावे अशी त्याची इच्छा आहे," तिने स्पष्ट केले. " आणि तुझे घर हे
ादी शेजारी. "

अरे! "

ला वाटते की त्याने अर्ध्याने तिच्या पार्टीत,काहींमध्ये फिरावे अशी अपेक्षा केली ी
ी," जॉर्डनवर गेली," पण तिने कधीही केले नाही. मग तो विचारू लागला क सहजगत्या जर ते तिला ओळखत असतील,आणि त्याला सापडलेला मी पहिला ो. ते
ा रात्री त्याने मला त्याच्या नृत्यासाठी पाठवले होते आणि तुम्ही ऐकले असावे ा विस्तृत मार्गाने त्याने ते पूर्ण केले. अर्थात,मी लगेच यॉर्कमध्ये जेवणाचे जेवण सुचवले - आणि मला वाटले की तो वेडा होईल :

मला काहीही करण्याची इच्छा नाही ' ! तो म्हणत राहिला. ' मी ला शेजारी भेटायचे आहे. '

चा जेव्हा मी म्हणालो की तू " खास मित्र आहेस ,तेव्हा त्याने सुरुवात केली ूर्ण कल्पना सोडून द्या. त्याला टॉमबद्दल फारशी माहिती नाही,तरीही म्हणतो की त्याने अनेक वर्षांपासून शिकागोचा पेपर वाचला आहे ीच्या नावाची झलक पाहणे . "

ता अंधार झाला होता,आणि जेव्हा आम्ही एका छोट्या पुलाखाली बुडलो तेव्हा मी झा हात ठेवला
र्डनच्या सोन्याच्या खांद्याभोवती आणि तिला माझ्याकडे खेचले आणि तिला ारले
ोच्या जेवणासाठी अचानक मी डेझी आणि गॅट्सबीचा विचार करत नव्हतो , तु या स्वच्छ,कठोर,मर्यादित व्यक्तीचे,ज्याने सार्वत्रिक व्यवहार केले यिवाद,आणि जो फक्त माझ्या वर्तुळातच विनम्रपणे मागे झुकला ा एक वाक्प्रचार माझ्या कानात एक प्रकारचा माथेफिरूपणाने घुमू लागला ाहः " तेथे फक्त पाठलाग करणारे,पाठलाग करणारे,व्यस्त आणि ल्लेले "

ाणि डेझीच्या आयुष्यात काहीतरी असले पाहिजे," जॉर्डनने कुरकुर केली

" तिला गॅटस्बी बघायचा आहे का? "

" तिला याबद्दल माहिती नाही . गॅट्सबी तिला कळू इच्छित नाही . तुम्ही आहात _ फक्त तिला चहाला बोलवायचे होते. "

आम्ही गडद झाडांचा अडथळा पार केला,आणि नंतर पन्नास-नवव्या वर्षीचा फाडे रस्ता,नाजूक फिकट प्रकाशाचा एक ब्लॉक,उद्यानात खाली आला.
गॅटस्बी आणि टॉम बुकाननच्या विपरीत,माझ्याकडे अशी कोणतीही मुलगी नव्हती जिचा चेहरा विस्कटलेला होता
गडद कॉर्निसेस आणि आंधळ्या चिन्हांसह तरंगले आणि म्हणून मी वर काढले माझ्या बाजूला असलेली मुलगी,माझे हात घट्ट करत आहे. तिचे वान,तिरस्कारयुक्त तोंड
हसले,आणि म्हणून मी तिला पुन्हा जवळ केले,यावेळी माझ्या चेहऱ्यावर.

व्ही

मी त्या रात्री वेस्ट एग घरी आलो तेव्हा मला क्षणभर भीती वाटली
माझ्या घराला आग लागली होती. दोन वाजले आणि संपूर्ण कोपरा
द्वीपकल्प प्रकाशाने चमकत होता,जो झुडुपांवर अवास्तव पडला होता
आणि रस्त्याच्या कडेला असलेल्या तारांवर बारीक लांबलचक चकाकी बनवली. वळणे अ
कोपऱ्यात,मी पाहिले की ते गॅट्सबीचे घर होते , टॉवरपासून तळघरापर्यंत उजळले हे

सुरुवातीला मला वाटले की हा दुसरा पक्ष आहे,एक जंगली पराभव ज्याने निराकरण केले आहे
स्वतःच “ लपवा-शोध ” किंवा “ सार्डिन-इन-द-बॉक्स ” मध्ये सर्व
घर खेळासाठी खुले केले. पण आवाज येत नव्हता . फक्त वारा आत
झाडे,ज्याने तारा उडवल्या आणि दिवे बंद केले
पुन्हा घर अंधारात डोळे मिचकावल्यासारखे. जशी माझी टॅक्सी हादरली
दूर मी गॅट्सबी त्याच्या लॉन ओलांडून माझ्याकडे चालत येताना पाहिले.

" तुमची जागा जगाच्या जत्रेसारखी दिसते , " मी म्हणालो.

" ते का? " त्याने त्याकडे नजर फिरवली. " मी केले आहे
काही खोल्यांमध्ये डोकावत आहे. चला कोनी बेटावर जाऊया,जुन्या
खेळ माझ्या गाडीत. "

झाला खूप उशीर " आहे . "

“ बरं,समजा आपण स्विमिंग पूलमध्ये उडी घेतली तर? मी बनवलेले नाही
संपूर्ण उन्हाळ्यात त्याचा वापर करा. "

" मला झोपायला जावे लागेल . "

" ठीक आहे. "

तो माझ्याकडे दडपलेल्या उत्सुकतेने बघत थांबला.

" मी मिस बेकरशी बोललो," मी थोड्या वेळाने म्हणालो. " मी कॉल करणार आहे
उद्या डेझीला भेट द्या आणि तिला इथे चहासाठी बोलवा. "

द ग्रेट गॅट्सब

ारे,ते ठीक आहे," तो निष्काळजीपणे म्हणाला. “ मी तुला ठेवू इच्छित नाही
णत्याही त्रासाला. "

ुला कोणता दिवस अनुकूल असेल? "

ुला कोणता दिवस अनुकूल असेल? " त्याने मला पटकन दुरुस्त केले. " मला नको
है
ाला कोणत्याही संकटात टाका,तुम्ही पहा. "

रवा कसे? "

ने क्षणभर विचार केला. मग,अनिच्छेने: “ मला मिळवायचे आहे
त कापले,” तो म्हणाला.

म्ही दोघांनी खाली गवताकडे पाहिले - तिथे एक तीक्ष्ण रेषा होती जिथे माझी
रडलेली हिरवळ संपली आणि त्याचा गडद,सुव्यवस्थित विस्तार सुरू झाला. आय
ला माझा गवत आहे असा संशय आला.

ाणखी एक छोटी गोष्ट आहे," तो अनिश्चितपणे म्हणाला आणि संकोचला.

ुम्ही ते काही दिवस बंद ठेवू का? " मी विचारले.

ारे,ते त्याबद्दल नाही . किमान —” तो मालिकेने गोंधळला
ात “ का,मला वाटले - का,इथे बघा,जुना खेळ,तुम्ही करू नका
ा पैसे,तुम्ही? "

ूप नाही. "

ुळे त्याला धीर आल्यासारखे वाटले आणि तो अधिक आत्मविश्वासाने पुढे चालू
ला.

ला वाटलं तू नाही केलंस , तू मला माफ करशील तर - तू बघ,मी पुढे चालू ठेवतो
जूला थोडा व्यवसाय,एक प्रकारची साइड लाईन,तुम्हाला समजते. आणि
ा वाटले की जर तुम्ही फारसे कमावले नाही तर - तुम्ही बाँड विकत आहात ,
जुना खेळ आहेस ? ना "

यत्न करीत आहे. "

ारं,हे तुम्हाला आवडेल. यात तुमचा जास्त वेळ लागणार नाही
णि तुम्ही थोडे चांगले पैसे घेऊ शकता. हे एक ऐवजी घडते
नीय प्रकारची गोष्ट. "

ा आता जाणवले की वेगवेगळ्या परिस्थितीत ते संभाषण
ाचित माझ्या आयुष्यातील संकटांपैकी एक असेल. पण,कारण ऑफर
ा प्रदान करण्यासाठी स्पष्टपणे आणि कुशलतेने होते,माझ्याकडे नाही
ला तिथे कापून टाकण्याशिवाय पर्याय.

ाझे हात भरले आहेत," मी म्हणालो. “ मी खूप बांधील आहे पण मी करू शकत
ी
णखी कोणतेही काम हाती घ्या. "

" तुम्हाला वुल्फशीमसोबत कोणताही व्यवसाय करण्याची गरज नाही . " स्पष्टपणे
येथे नमूद केलेल्या " गोनेगेशन " पासून दूर जात आहे
दुपारचे जेवण,पण मी त्याला खात्री दिली की तो चुकीचा आहे. तो थोडा वेळ थांबल
करेन या आशेने ,पण मी खूप गढून गेलो होतो
प्रतिसाद दिला,म्हणून तो अनिच्छेने घरी गेला.

संध्याकाळने मला हलकेफुलके आणि आनंदी केले होते; मला वाटते की मी ए मध्ये गेलो
मी माझ्या पुढच्या दारात प्रवेश केल्यावर गाढ झोप. त्यामुळे मला माहित नाही की नाही
गॅट्सबी कोनी बेटावर गेला,किंवा किती तास त्याने " कडे पाहिले
खोल्या " तर त्याचे घर भडकले. मी वरून डेझीला फोन केला
दुसऱ्या दिवशी सकाळी ऑफिस,आणि तिला चहाला यायला बोलावलं.

" टॉमला आणू नकोस," मी तिला इशारा केला.

" काय? "

आणू टॉम " नकोस . "

' " टॉम ' कोण आहे ? " तिने निरागसपणे विचारले.

ठरल्या दिवशी पाऊस पडत होता. अकरा वाजता एक माणूस ए
रेनकोट,लॉन-मॉवर ओढत,माझ्या पुढच्या दारावर टॅप केला आणि म्हणाला
मिस्टर गॅट्सबीने त्याला माझा गवत कापायला पाठवले होते. यामुळे मला आठवण झाली की मी
माझ्या फिनला परत येण्यास सांगायला विसरलो होतो,म्हणून मी वेस्ट एगमध्ये गेल
ओलसर पांढऱ्या गल्ल्यांमध्ये तिला शोधण्यासाठी आणि विकत घेण्यासाठी गाव
काही कप आणि लिंबू आणि फुले.

फुले अनावश्यक होती,कारण दोन वाजता हरितगृह आले
Gatsby s कडून' ,ते समाविष्ट करण्यासाठी असंख्य रिसेप्टॅकल्ससह. एक तास
नंतर समोरचा दरवाजा घाबरून उघडला आणि गॅट्सबी पांढऱ्या फ्लॅनेलमध्ये
सूट,चांदीचा शर्ट आणि सोनेरी रंगाचा टाय,घाईघाईने आत आला. तो फिकट गुलाबं होता,
आणि त्याच्या डोळ्यांखाली निद्रानाशाच्या गडद खुणा होत्या.

" सर्व काही ठीक ना? " त्याने लगेच विचारले.

" गवत छान दिसत आहे,जर तुम्हाला असे म्हणायचे असेल तर. "

" कोणते गवत? " त्याने मोकळ्या मनाने चौकशी केली. “ अरे,अंगणातील गवत. " त
खिडकीतून बाहेर पाहिलं,पण त्याच्या अभिव्यक्तीवरून बघितलं,मला नाही
विश्वास ठेवा की त्याने एक गोष्ट पाहिली.

" खूप छान दिसत आहे," त्याने अस्पष्टपणे टिप्पणी केली. " एक कागद ते म्हणाले
चारच्या सुमारास पाऊस थांबेल असे वाटले. मला वाटते की ते द
जर्नल. चहाच्या आकारात तुम्हाला आवश्यक असलेली प्रत्येक गोष्ट तुमच्याकडे अ
का ? "

त्याला पॅन्ट्रीमध्ये नेले,जिथे त्याने थोडे निंदनीय नजरेने पाहिले
न आम्ही मिळून बारा लिंबू केकची छाननी केली
नीकेटसन दुकान.

ते करतील का? " मी विचारले.

अर्थात,नक्कीच! ते ठीक आहेत ! " आणि तो पोकळपणे जोडला,"... जुना
ळ "

वसाने सुमारे साडेतीन ते एक ओलसर धुके थंड केले,ज्याद्वारे
धूनमधून बारीक थेंब दव सारखे पोहतात. गॅट्सबीने रिकाम्या डोळ्यांनी पाहिले
नेच्या इकॉनॉमिक्सच्या प्रतद्वारे ,फिन्निश ट्रेडपासून सुरू होते
च्चनचा मजला हादरला आणि खिडक्यांकडे डोकावले
ळोवेळी अदृश्य परंतु चिंताजनक घटनांची मालिका होती
हेर होत आहे. शेवटी तो उठला आणि मला माहिती दिली
निश्चित आवाज,तो घरी जात आहे.

सं " का ? "

णीही " चहाला येत नाहीये . खूप उशीर झाला आहे ! " त्याने आपल्या घड्याळाकडे
हिलं
रत्र त्याच्या वेळेवर काही दबावाची मागणी होती. " मी वाट पाहू शकत नाही
र्ण दिवस. "

ऊ मूर्ख " नका ; चार ते दोन मिनिटे आहेत . "

दयनीयपणे खाली बसला,जणू मी त्याला ढकलले आहे आणि एकाच वेळी
झ्या लेनमध्ये मोटार वळल्याचा आवाज आला. आम्ही दोघांनी उडी मारली
,आणि,थोडं हतबल होऊन,मी बाहेर अंगणात गेलो.

कणाऱ्या उघड्या लिलाक-झाडांच्या खाली एक मोठी मोकळी गाडी वर येत होती
इव्ह तो थांबला. डेझीचा चेहरा ,खाली कडेकडेने टिपलेला
न कोपऱ्यांची लॅव्हेंडर टोपी,तेजस्वी आनंदाने माझ्याकडे पाहिले
नेत

माझ्या प्रिय,तू इथेच राहतोस का? "

च्या आवाजातील उत्फुल्ल तरंग पावसात रानटी टॉनिक होती. आय
झ्या कानाने वर खाली क्षणभर त्याचा आवाज ऐकावा लागला
कटा,कोणताही शब्द येण्याआधी. केसांची एक ओलसर लकीर सारखी घालते
च्या गालावर निळ्या रंगाचा पट्टा,आणि तिचा हात ओला झाला होता
चमणारे थेंब मी तिला गाडीतून मदत करण्यासाठी घेतले.

तुझं माझ्यावर प्रेम आहे का," ती माझ्या कानात म्हणाली," किंवा मी का केलं?
कटे यायचे? "

हे कॅसल रॅकरेंटचे रहस्य आहे . तुमच्या चालकाला दूर जाण्यास सांगा
आणि एक तास घालवा. "

एका तासात परत ये,फर्डी. " मग एक गंभीर बडबड: " त्याचे नाव आहे
र्डी. "

चे 137पृष्ठ63

" पेट्रोलचा त्याच्या नाकावर परिणाम होतो का? "

" मला नाही वाटत ," ती निरागसपणे म्हणाली. " का? "

आम्ही आत गेलो. मला आश्चर्य वाटले की दिवाणखाना निर्जन होता.

" बरं,ते मजेदार आहे," मी उद्गारलो.

" काय गंमत आहे ? "

हलक्या प्रतिष्ठेने ठोठावले म्हणून तिने डोके फिरवले
द्वार. मी बाहेर जाऊन उघडले. Gatsby,मृत्यू म्हणून फिकट गुलाबी,त्याच्या सह
कोटच्या खिशात वजनासारखे हात टेकले,ऐ मध्ये उभा होता
माझ्या डोळ्यांत पाण्याचे डबके दुःखदपणे चमकत आहेत.

कोटच्या खिशात हात ठेवून तो माझ्याकडे टेकला
हॉल,जणू तो वायरवर असल्यासारखा झपाट्याने वळला आणि मध्ये अदृश्य झाला
लिव्हिंग रूम ते थोडं मजेशीर . नव्हतं माझ्या जोरात मारहाणीची जाणीव
वाढत्या पावसाच्या विरोधात मी स्वतःच्या मनाचा दरवाजा ओढला.

अर्धा मिनिट काही आवाज आला . नाही मग दिवाणखान्यातून आय
एक प्रकारची गुदमरणारी बडबड आणि हसण्याचा एक भाग ऐकला,त्यानंतर
स्पष्ट कृत्रिम नोटवर डेझीचा : आवाज

“ तुम्हाला पुन्हा भेटून मला नक्कीच खूप आनंद झाला आहे. "

एक विराम; ते भयंकर सहन केले. मला सभागृहात काही करायचे नव्हते,म्हणून मी
खोलीत गेला.

गॅटसबी,त्याचे हात अजूनही खिशात आहेत,त्याच्या विरुद्ध झुकत होते
परिपूर्ण सहज एक अनैसर्गिक बनावट मध्ये mantelpiece,अगदी
कंटाळवाणेपणा. त्याचे डोके इतके मागे झुकले की ते चेहऱ्यावर विसावले
एक निकामी mantelpiece घड्याळ,आणि या स्थितीतून तो अस्वस्थ
डोळे खाली बसलेल्या डेझीकडे टक लावून पाहत होते,जी बसलेली होती,घाबरलेली
पण सुंदर होती,
ताठ खुर्चीच्या काठावर.

" आम्ही याआधी भेटलो आहोत ," गॅटस्बीने गोंधळ घातला. त्याची नजर क्षणभर टक
लावून पाहिली
मी,आणि त्याचे ओठ हसण्याच्या अस्पष्ट प्रयत्नाने वेगळे झाले. सुदैवाने
त्याच्या दाबाने घड्याळाने हा क्षण धोकादायकपणे झुकायला घेतला
डोके,त्यानंतर त्याने वळले आणि थरथरत्या बोटांनी ते पकडले,आणि
ते परत जागी सेट करा. मग तो खाली बसला,कडकपणे,हातावर त्याची कोपर
सोफा आणि त्याच्या हातात त्याची हनुवटी.

" मला घड्याळाबद्दल माफ करा," तो म्हणाला.

माझ्या स्वतःच्या चेहऱ्यावर आता खोल उष्णकटिबंधीय जळजळ झाली होती. मी ज
शकलो नाही
माझ्या डोक्यात हजारापैकी एक सामान्य गोष्ट.

जुने घड्याळ आहे," मी त्यांना मूर्खपणाने सांगितले.

ा वाटते की आम्ही सर्वांनी क्षणभर विश्वास ठेवला की ते तुकडे तुकडे झाले ोन.

ाम्ही अनेक वर्ष भेटलो नाही," डेझी म्हणाली,तिचा आवाज ऽधीही असू शकते म्हणून वस्तुस्थिती.

ढच्या नोव्हेंबरमध्ये पाच वर्षे. "

नबीच्या उत्तराच्या स्वयंचलित गुणवत्तेने आम्हाला किमान परत सेट केले ाखी एक मिनिट. मी हतबलतेने त्या दोघांना त्यांच्या पायावर उभे केले होते ुरी असताना त्यांनी मला स्वयंपाकघरात चहा बनवायला मदत करावी अशी सूचना ाने ते एका ट्रेवर आणले.

आणि केकच्या स्वागताच्या गोंधळात एक विशिष्ट भौतिक ाता स्वतः स्थापित केली. गॅट्सबी सावलीत आला आणि, ी आणि मी बोलत असताना,प्रामाणिकपणे एकमेकांकडे पाहिले ाल्यापैकी तणावग्रस्त,दुःखी डोळ्यांनी. तथापि,शांतता संपत नव्हती ः,मी पहिल्या संभाव्य क्षणी एक निमित्त केले आणि माझ्याकडे पोहोचलो

म्ही कुठे जात आहात? " तात्काळ गजरात गॅट्सबीची मागणी केली.

ी परत येईन . "

ी जाण्यापूर्वी " मला तुमच्याशी काहीतरी बोलायचे आहे . "

ााझ्या मागे किचनमध्ये गेला,दार बंद केले आणि ाबुजले: " अरे,देवा! दयनीय मार्गाने.

ाय झला ? "

एक भयंकर चूक आहे," तो बाजूला डोके हलवत म्हणाला ा," एक भयंकर,भयंकर चूक. "

म्ही लाजत आहात,इतकेच , आहे " आणि सुदैवाने मी " : जोडले डेझी ा वाटली. "

ला लाज वाटते ? " त्याने अविश्वासाने पुनरावृत्ती केली.

म्ही जेवढे आहात तेवढेच. "

ाढ्या मोठ्याने बोलू नकोस . "

म्ही लहान मुलासारखे वागत आहात," मी अधीरपणे बाहेर पडलो. " फक्त नाही ण तू असभ्य आहेस . डेझी तिथे एकटीच बसली आहे . "

े बोलणे थांबवण्यासाठी त्याने हात वर केला,माझ्याकडे अविस्मरणीय नजरेने ाले ा,आणि,सावधपणे दार उघडून,परत दुसऱ्या मध्ये गेला

खोली

मी मागच्या वाटेने बाहेर पडलो - जसे गॅट्स्बीने त्याचे बनवले होते तसे
अर्धा तास आधी घराच्या चिंताग्रस्त सर्किट - आणि एक प्रचंड धावपळ
काळ्या गाठीचे झाड,ज्याच्या पानांनी विरुद्ध फॅब्रिक बनवले
पाऊस आणखी एकदा ते ओतत होते,आणि माझे अनियमित लॉन,तसेच मुंडण
गॅटस्बीचा माळी ,लहान चिखलाच्या दलदलीत आणि प्रागैतिहासिक काळात विपुल
दलदल झाडाखालून पाहण्यासारखे काहीच नव्हते
गॅटस्बीचे मोठे घर,म्हणून मी त्याच्याकडे कांटच्या चर्चमध्ये पाहत होतो
स्टीपल,अर्ध्या तासासाठी. एका ब्रुअरने ते " कालावधी " च्या सुरुवातीस बांधले हो
क्रेझ,एक दशकापूर्वी,आणि एक कथा होती की तो पैसे देण्यास सहमत होता
शेजारच्या सर्व कॉटेजवर पाच वर्षांचे कर जर मालक असतील तर
त्यांचे छत गवताने माखलेले आहे. कदाचित त्यांचा नकार दि
एक कुटुंब शोधण्याच्या त्याच्या योजनेतून तो लगेच निघून गेला
घट त्याच्या मुलांनी काळ्या माळा घालून घर विकले
दार. अमेरिकन,इच्छुक असताना,अगदी उत्सुक,दास बनण्यासाठी,आहेत
शेतकरी असण्याबाबत नेहमीच जिद्द ठेवली आहे.

अर्ध्या तासानंतर,सूर्य पुन्हा चमकला आणि किराणा मालाची गाडी आली
त्याच्या नोकरांसाठी कच्च्या मालासह गॅटस्बीची गाडी गोलाकार
रात्रीचे जेवण - मला खात्री होती की तो एक चमचा खाणार नाही . एक दासी उघडू
लागली
त्याच्या घराच्या वरच्या खिडक्या,प्रत्येकात क्षणोक्षणी दिसू लागल्या आणि,
मोठ्या मध्य खाडीतून झुकत,ध्यानपूर्वक थुंकणे
बाग माझी परत जाण्याची वेळ आली होती. पाऊस सुरू असतानाच होता
त्यांच्या आवाजाची कुरकुर,उठत आणि थोडी सूजल्यासारखे वाटत होते
आता आणि नंतर भावनांच्या झोताने. पण नव्या शांततेत मला ते जाणवलं
घरातही शांतता पसरली होती.

मी आत गेलो — किचनमध्ये शक्य तितका आवाज केल्यानंतर
स्टोव्हवर ढकलणे — परंतु मला विश्वास नाही की त्यांनी आवाज ऐकला. ते
पलंगाच्या दोन्ही टोकाला बसून एकमेकांकडे पाहत होते
काही प्रश्न विचारले गेले होते,किंवा हवेत होते,आणि प्रत्येक अवशेष
पेच निघून गेला. डेझीचा चेहरा अश्रूंनी माखलेला होता आणि कधी
मी आत आलो ती उडी मारली आणि तिच्या रुमालाने पुसायला लागली
आरशासमोर. पण गॅटस्बीमध्ये एक बदल होता जो साधा होता
गोंधळात टाकणारे. तो अक्षरशः चमकला; एक शब्द किंवा हावभाव न करता
आनंदाने त्याच्याकडून एक नवीन कल्याण पसरले आणि थोडे भरले
खोली

“ अरे,हॅलो,जुना खेळ,” तो म्हणाला,जणू त्याने मला अनेक वर्षांपासून पाहिले नाही .
आय
क्षणभर विचार केला की तो हात हलवणार आहे.

" पाऊस थांबला आहे . "

" आहे? " मी कशाबद्दल बोलत आहे हे जेव्हा त्याला समजले,तेव्हा तेथे होते
खोलीत सूर्यप्रकाशाची चमकणारी घंटा,तो हवामानाच्या माणसासारखा हसला,
आवर्ती प्रकाशाच्या उत्साही संरक्षकाप्रमाणे,आणि बातम्यांची पुनरावृत्ती केली

झी. “ तुला याबद्दल काय वाटते? पाऊस थांबला आहे. "

मला आनंद झाला ,जय. " तिचा घसा,वेदनांनी भरलेला,शोकाकुल सौंदर्याने सांगितले क्त तिच्या अनपेक्षित आनंदामुळे.

मला तू आणि डेझीने माझ्या घरी यावेसे वाटते," तो म्हणाला," मला आवडेल ला आजूबाजूला दाखवा. "

तुला खात्री आहे की मी यावे अशी तुमची इच्छा आहे? "

नक्कीच,जुना खेळ. "

झी तिचा चेहरा धुण्यासाठी वरच्या मजल्यावर गेली — मला खूप उशीर झाला इझ्या टॉवेलचा अपमान — तर गॅट्सबी आणि मी लॉनवर थांबलो.

माझं घर छान दिसतंय ना ? " त्याने मागणी केली. “ बघू कसं सगळं ाच्या समोर प्रकाश पकडतो. "

मान्य केले की ते छान होते.

हो. " त्याची नजर प्रत्येक कमानदार दरवाजावर आणि चौकोनी बुरुजावर गेली. " ते विकत घेतलेले पैसे कमवायला मला फक्त तीन वर्षे लागली. "

मला वाटले की तुम्हाला तुमचे पैसे वारशाने मिळाले आहेत. "

मी केला,जुना खेळ," तो आपोआप म्हणाला," पण मी त्यातला बराचसा भाग गावला
ठी दहशत - युद्धाची दहशत. "

ना वाटते की तो काय बोलत आहे हे त्याला फारसे कळले नाही,कारण मी त्याला ाय विचारले
ज्या व्यवसायात होता त्याने उत्तर दिले: “ ते माझे प्रकरण आहे,” त्याच्या लक्षात ग्यापूर्वीच
ा ते योग्य उत्तर नव्हते .

अरे,मी बऱ्याच गोष्टींमध्ये होतो," त्याने स्वतःला सुधारले. " मी मध्ये होतो सचा व्यवसाय आणि नंतर मी तेलाच्या व्यवसायात होतो. पण मी आत नाही क्तर आता. " त्याने माझ्याकडे अधिक लक्ष देऊन पाहिले. “ तुला म्हणायचे आहे ा रात्री मी काय प्रपोज केले याचा तुम्ही विचार करत ? आहात "

उत्तर देण्याआधीच डेझी घरातून बाहेर आली आणि दोन रांगा च्या ड्रेसवरची पितळी बटणे सूर्यप्रकाशात चमकत होती.

ती मोठी जागा? " ती ओरडून ओरडली.

तुला आवडते का? "

मला ते आवडते,पण तू तिथे एकटा कसा राहतोस ते मला दिसत नाही . "

मी रात्रंदिवस मनोरंजक लोकांनी भरलेला असतो. लोक मनोरंजक गोष्टी करतात. साजरे लोक. "

ध्वनीच्या बाजूने शॉर्टकट घेण्याऐवजी आम्ही खाली गेलो
रस्ता आणि मोठ्या पोस्टरने प्रवेश केला. मोहक बडबड डेझी सह
या पैलूचे किंवा आकाशाविरूद्ध सामंत सिल्हूटचे कौतुक केले,
गार्डन्स,जोन्क्विल्सचा चमचमीत गंध आणि फेसाळाचे कौतुक केले
हॉथर्न आणि मनुका फुलांचा वास आणि फिकट सोन्याचा गंध
चुंबन-मी-एट-द-गेट. संगमरवरी पायऱ्यांवर पोहोचणे आणि शोधणे विचित्र होते
दाराच्या आत आणि बाहेर चमकदार पोशाखांची ढवळत नाही,आणि आवाज ऐकू ये नाही
झाडांमध्ये पक्ष्यांचे आवाज.

आणि आत,आम्ही मेरी अँटोइनेट म्युझिक-रूममधून फिरत होतो आणि
जीर्णोद्धार सलून,मला वाटले की मागे लपलेले अतिथी आहेत
प्रत्येक पलंग आणि टेबल,आम्ही होईपर्यंत श्वासोच्छवासाने शांत राहण्याचे आदेश दिले
पार केले होते. गॅटस्बीने मेर्टन कॉलेजचा दरवाजा बंद केला
लायब्ररी " मी शपथ घेऊ शकलो असतो की मी घुबड-डोळ्याचा माणूस आत घुसल्याचे ऐकले आहे
भुताटक हास्य.

गुलाब आणि लॅव्हेंडरने नटलेल्या पिरियड बेडरूममधून आम्ही वरच्या मजल्यावर गेल
ड्रेसिंग रूम आणि पूलरूममधून रेशीम आणि नवीन फुलांनी ज्वलंत,
आणि बुडलेल्या आंघोळीसह स्नानगृहे — एका चेंबरमध्ये घुसखोरी जेथे a
पायजमा घातलेला माणूस जमिनीवर यकृताचा व्यायाम करत होता. ते
मिस्टर क्लीपस्प्रिंगर होते," बोर्डर. " मी त्याला भुकेने भटकताना पाहिले होते
त्या सकाळी बीच बद्दल. शेवटी आम्ही गॅट्सबीच्या घरी आलो
अपार्टमेंट,एक बेडरूम आणि आंघोळ आणि ॲडमचा अभ्यास ,जिथे आम्ही बसलो होतो
खाली उतरून त्याने एका कपाटातून घेतलेला चार्ट्र्यूजचा ग्लास प्याला
भिंत.

त्याने एकदाही डेझीकडे पाहणे थांबवले नाही आणि मला वाटते की त्याने पुन्हा मूल्यवान केले
त्याच्या घरातील प्रत्येक गोष्ट त्याला मिळालेल्या प्रतिसादाच्या मोजमापानुसार होत
तिच्या प्रिय नजरेतून. कधी-कधी तो त्याच्याकडे टक लावून पाहत असे
स्तब्ध मार्गाने मालमत्ता,जणू तिच्या वास्तविक आणि आश्चर्यकारक
यापैकी कोणतीही उपस्थिती यापुढे वास्तविक नव्हती. एकदा तो जवळजवळ खाली पडला
पायऱ्यांचे उड्डाण.

त्याची शयनकक्ष सर्वांत सोपी खोली होती — ड्रेसर कुठे होता त्याशिवाय
शुद्ध निस्तेज सोन्याच्या टॉयलेट सेटने सजवलेले. डेझीने ब्रश घेतला
आनंदाने,आणि तिचे केस गुळगुळीत केले,तेव्हा गॅट्सबी खाली बसला आणि
डोळे झाकून हसायला लागला.

" ही सर्वात मजेदार गोष्ट आहे,जुना खेळ," तो आनंदाने म्हणाला. " मी
करू शकत नाही — जेव्हा मी प्रयत्न करतो —"

तो दोन राज्यांतून दृश्यपणे पार करून अ.वर प्रवेश करत होता

द ग्रेट गॅट्सब

ासऱ्या. त्याच्या लाजिरवाण्या आणि त्याच्या अवास्तव आनंदानंतर तो भस्मसात ाला
च्या उपस्थितीबद्दल आश्चर्याने. तो इतका वेळ कल्पनेने भरलेला होता,
गदी शेवटपर्यंत स्वप्न पाहिले,दात सेट करून वाट पाहिली,म्हणून
व्रतेच्या अकल्पनीय खेळपट्टीवर बोला. आता,प्रतिक्रियेत,
घायाळ घड्याळासारखा खाली धावत होता.

का मिनिटात स्वतःला सावरून त्याने आमच्यासाठी दोन हल्किंग पेटंट उघडले
बिनेट ज्यात त्याचे मास केलेले सूट आणि ड्रेसिंग-गाऊन आणि टाय होते,आणि
ाचे शर्ट,डझनभर उंच स्टॅकमध्ये विटांसारखे ढीगलेले.

माझ्याकडे इंग्लंडमध्ये एक माणूस आहे जो मला कपडे खरेदी करतो . तो ए वर ठवतो
त्येक हंगामाच्या सुरुवातीस,वसंत ऋतु आणि शरद ऋतूतील गोष्टींची निवड."

ाने शर्टांचा ढीग काढला आणि एक एक करून फेकायला सुरुवात केली.
ामच्यासमोर,निखळ तागाचे आणि जाड रेशीम आणि बारीक फ्लॅनेलचे शर्ट,
ाने त्यांचा पट गमावला आणि ते टेबल झाकले
नेक रंगीत अव्यवस्था. आम्ही प्रशंसा करताना त्याने अधिक आणि मऊ आणले
मृद्ध ढीग उंचावर आरोहित — पट्टे आणि स्क्रोल आणि प्लेड्स असलेले शर्ट
ोरल आणि सफरचंद-हिरवा आणि लैव्हेंडर आणि फिकट नारिंगी,च्या मोनोग्रामसह
रतीय निळा. अचानक,ताणलेल्या आवाजाने,डेझीने तिचे डोके आत वाकवले
र्ट आणि तुफान रडू लागला.

ते इतके सुंदर शर्ट आहेत," ती रडली,तिचा आवाज दबकला
ाड पट. " हे मला दुःखी करते कारण मी असे पाहिले नाही - असे
ाधी सुंदर शर्ट. "

ानंतर,आम्ही मैदान आणि जलतरण तलाव पाहणार होतो,आणि
यड्रोप्लेन,आणि उन्हाळ्याची मध्यान्ह फुले — पण गॅट्सबीच्या खिडकीच्या बाहेर
हा पाऊस पडू लागला,म्हणून आम्ही रांगेत उभे राहून नालीकडे बघत राहिलो
नीची पृष्ठभाग.

के " नसते तर आम्ही खाडीच्या पलीकडे तुमचे घर पाहू शकलो असतो,"
ट्सबी म्हणाले. " तुमच्याकडे नेहमीच हिरवा दिवा असतो जो रात्रभर जळतो
नच्या डाकचा शेवट. "

झीने तिचा हात एकाएकी त्याच्या हातातून घातला,पण तो कशात गढलेला दिसत ता
फक्त म्हणाला होता. शक्यतो तो प्रचंड मोठा आहे
ा प्रकाशाचे महत्त्व आता कायमचे नाहीसे झाले होते. च्या तुलनेत
प अंतर ज्याने त्याला डेझीपासून वेगळे केले होते ते खूप दिसत होते
च्या जवळ,जवळजवळ तिला स्पर्श करत आहे. तो ताऱ्यासारखा जवळचा वाटत होता
द्र. आता पुन्हा एका गोदीवर हिरवा दिवा लागला होता. त्याची गणना
ामुग्ध वस्तू एकाने कमी झाल्या होत्या.

रनिराळ्या अनिश्चित वस्तूंचे परीक्षण करून मी खोलीत फिरू लागलो
ध्या अंधारात. नौकाविहारातील वृद्ध माणसाचे मोठे छायाचित्र

चे 137पृष्ठ69

पोशाखाने मला आकर्षित केले,त्याच्या डेस्कवर भिंतीवर टांगले.

हा " कोण ? "

“ ते? तो मिस्टर डॅन कोडी,जुना खेळ. "

नाव चटकन ओळखीचे वाटले.

" तो आता मेला आहे . वर्षापूर्वी तो माझा चांगला मित्र होता. "

वर गॅट्सबीचे एक छोटेसे चित्र होते,ते देखील नौकाच्या पोशाखात होते
ब्यूरो - गॅट्सबीने त्याचे डोके उद्धटपणे मागे फेकले - वरवर पाहता घेतले
जेव्हा तो सुमारे अठरा वर्षांचा होता.

" मला ते आवडते," डेझी उद्गारली. " पोम्पाडौर! तू मला कधीच सांगितले नाहीस
एक पोम्पाडॉर — किंवा एक नौका होती. "

" हे बघ," गॅट्सबी पटकन म्हणाला. " येथे खूप क्लिपिंग्ज आहेत - बद्दल
आपण "

शेजारी उभे राहून ते तपासले. मी बघायला सांगणार होतो
जेव्हा फोन वाजला तेव्हा रुबीज,आणि गॅट्सबीने रिसीव्हर घेतला.

" होय ... बरं,मी आता बोलू शकत नाही ... मी आता बोलू शकत नाही,जुना खेळ ... म
म्हणालो अ
छोटं गाव ... छोटं शहर म्हणजे काय हे त्याला माहीत असलं पाहिजे ... बरं,त्याचा काह
उपयोग नाही
डेट्रॉईट ही त्याची कल्पना छोट्या शहराची असेल तर आम्हाला ...”

तो वाजला.

" इकडे ये लवकर! " डेझी खिडकीजवळ ओरडली.

पाऊस अजूनही पडत होता,पण पश्चिमेला अंधार पसरला होता,
आणि समुद्रावर गुलाबी आणि सोनेरी फेसयुक्त ढग दिसत होते.

" ते बघ," ती कुजबुजली आणि मग काही क्षणानंतर: " मला आवडेल
फक्त त्या गुलाबी ढगांपैकी एक मिळवा आणि तुम्हाला त्यात टाका आणि तुम्हाला
ढकलून द्या
सुमारे "

तेव्हा मी जाण्याचा प्रयत्न केला,पण त्यांनी ते ऐकले नाही ; कदाचित माझी उपस्थिती
त्यांना अधिक समाधानकारक एकटे वाटले.

" मला माहित आहे की आम्ही काय करू ," गॅट्सबी म्हणाला," आम्ही क्लीस्पप्रिंगरल
खेळायला लावू .
पियानो "

“ एविंग!” म्हणत तो खोलीबाहेर गेला. " आणि काही मिनिटांत परतलो
सोबत एक लाजिरवाणा,किंचित थकलेला तरुण माणूस,सह
शेल-रिम्ड चष्मा आणि तुटपुंजे गोरे केस. तो आता सभ्य झाला होता
“ स्पोर्ट शर्ट ” घातलेला ,गळ्यात उघडा,स्नीकर्स आणि बदक

द ग्रेट गॅट्सब

ुलस रंगाची पायघोळ.

भाम्ही तुमच्या व्यायामात व्यत्यय आणला का? " डेझीने नम्रपणे चौकशी केली.

ी झोपलो होतो," मिस्टर क्लीपस्प्रिंगर लाजिरवाणेपणाने ओरडले.
्हणजे,मी झोपलो होतो. मग मी उठलो ..."

क्लिपस्प्रिंगर पियानो वाजवतो," गॅट्सबीने त्याला तोडून टाकले. " नको _ _
र्विंग,जुना खेळ? "

ी चांगले खेळत नाही . मी अजिबात खेळत नाही . मी सगळा व्यवहाराबाहेर आहे
"

भाम्ही खाली जाऊ," गॅट्सबीने व्यत्यय आणला. त्याने एक स्विच उलटवला. द
 प्रकाशाने भरले म्हणून राखाडी खिडक्या गायब झाल्या.

झिक-रूममध्ये गॅटस्बीने पियानोच्या बाजूला एकांत दिवा लावला.
ने थरथरत्या मॅचमधून डेझीची सिगारेट पेटवली आणि तिच्यासोबत बसला
लीच्या पलीकडे एका पलंगावर,जिथे प्रकाश नव्हता
नमधून चमकणारा मजला आत आला.

़ लव्ह नेस्ट " खेळला तेव्हा तो चालू झाला
ड़पीठ आणि निराशेने Gatsby साठी अंधुकपणे शोधले.

ाझ्या सरावातून बाहेर आहे,तुम्ही बघा . मी तुला सांगितले की मी खेळू शकत
ही . मी सर्व आहे
वहाराबाहेर —"

ृतके बोलू नकोस,जुना खेळ," गॅट्सबीने आज्ञा दिली. " खेळ! "

नकाळी,संध्याकाळी,आम्हाला मजा आली नाही - "

ेर वारा जोरात होता आणि गडगडाटीचा गडगडाट होता
ग्राज वेस्ट एगमध्ये आता सर्व दिवे चालू होते; विद्युत
ड्या,माणसे वाहून नेणाऱ्या,नवीन पासून पावसात घरे बुडत होती
र्क. तो एक गहन मानवी बदलाचा तास होता,आणि उत्साह होता
वर निर्माण करणे.

क गोष्ट निश्चित आहे आणि काहीही निश्चित नाही श्रीमंत अधिक श्रीमंत होतात
णि
ब मिळतात - मुले. दरम्यान,मधल्या काळात -"

ोप द्यायला जाताच मला दिसले की ची अभिव्यक्ती
सबीच्या चेहऱ्यावर विस्मय परत आला होता ,जणू काही शंकेची चाहूल लागली
ी
च्या सध्याच्या आनंदाच्या गुणवत्तेबद्दल त्याच्या मनात आले होते. जवळजवळ
च वर्षे! त्या दुपारचेही काही क्षण आले असतील जेव्हा
ीने त्याची स्वप्ने पूर्ण केली - तिच्या स्वत: च्या चुकीमुळे नाही तर
च्या भ्रमाच्या प्रचंड चैतन्यमुळे. तो पलीकडे गेला होता
ना,प्रत्येक गोष्टीच्या पलीकडे. सर्जनशीलतेने त्याने स्वतःला त्यात झोकून दिले होते
टतेने,त्यात सतत भर घालत,प्रत्येक तेजस्वी सह सजवणे

पंख जो त्याच्या मार्गावर गेला. आग किंवा ताजेपणा नाही रक्कम
माणूस त्याच्या भुताटक हृदयात काय साठवू शकतो हे आव्हान.

मी त्याच्याकडे पाहत असताना त्याने स्वत: ला थोडेसे जुळवून घेतले. त्याचा हात घेतला
तिला पकडले,आणि तिने त्याच्या कानात काहीतरी सांगितले म्हणून तो वळला
भावनेच्या भरात तिच्याकडे. मला वाटते की त्या आवाजाने त्याला सर्वात जास्त पकडले आहे,
त्याच्या चढउतार,तापदायक उष्णतेसह,कारण ते होऊ शकत नाही
अति-स्वप्न - तो आवाज एक मृत्यूहीन गाणे होता.

ते मला विसरले होते,पण डेझीने वर पाहिले आणि तिचा हात पुढे केला;
गॅट्सबी आता मला अजिबात ओळखत नव्हता . मी पुन्हा एकदा त्यांच्याकडे आणि त्यांच्याकडे पाहिले
माझ्याकडे मागे वळून पाहिले,दूरस्थपणे,तीव्र जीवनाने ग्रासलेले. मग मी गेलो
खोलीच्या बाहेर आणि संगमरवरी पायऱ्या खाली पावसात,त्यांना सोडून
तेथे एकत्र.

सहावा

याच सुमारास न्यूयॉर्कहून एक महत्त्वाकांक्षी तरुण रिपोर्टर आला
सकाळी गॅट्सबीच्या दारात जाऊन त्याला विचारले की त्याला काही बोलायचे आहे का.

“ कशावर काही बोलायचे आहे? ” गॅट्सबीने नम्रपणे चौकशी केली.

" का - कोणतेही विधान द्यायचे आहे. "

गोंधळलेल्या पाच मिनिटांनंतर त्या माणसाने ऐकले होते
गॅट्सबीचे नाव त्याच्या कार्यालयाभोवती आहे ज्याच्या संबंधात त्याने एकतर
करणार नाही किंवा पूर्णपणे समजले नाही . हा त्याचा सुट्टीचा दिवस होता आणि
प्रशंसनीय पुढाकाराने तो घाईघाईने बाहेर पडला होता . "

ह्या एक यादृच्छिक शॉट होता आणि तरीही रिपोर्टरची प्रवृत्ती योग्य होती.
गॅट्सबीची बदनामी ,शेकडो लोकांनी त्याचा स्वीकार केला होता
आदरातिथ्य आणि त्यामुळे त्याच्या भूतकाळातील अधिकारी बनणे,सर्व वाढले होते
तो फक्त बातमी असण्यापासून कमी पडेपर्यंत उन्हाळा. समकालीन दंतकथा
जसे की “ कॅनडाला भूमिगत पाइपलाइन ” स्वतःला जोडलेली आहे
तो,आणि एक सतत कथा होती की तो घरात राहत नाही
अजिबात,पण घरासारखी दिसणारी आणि गुपचूप हलवलेल्या बोटीत
लाँग आयलंड किनारा वर आणि खाली. फक्त हे शोध का होते ए
नॉर्थ डकोटाच्या जेम्स गॅट्झला समाधानाचा स्त्रोत,हे सोपे नाही
म्हणा

जेम्स गॅट्झ - ते खरोखरच किंवा किमान कायदेशीररित्या त्याचे नाव होते. त्याला हे
वयाच्या सतराव्या वर्षी आणि विशिष्ट क्षणी ते बदलले
त्याच्या कारकिर्दीच्या सुरुवातीचा साक्षीदार - जेव्हा त्याने डॅन कोडीची नौका पाहि
सुपीरियर लेकवरील सर्वात कपटी फ्लॅटवर अँकर टाका. ते होते
जेम्स गॅट्झ जो त्या दुपारी समुद्रकिनारी लोफिंग करत होता

चे 137पृष्ठ72

टलेली हिरवी जर्सी आणि कॅनव्हास पँटची जोडी,पण तो आधीच जय होता
सबी ज्याने रोबोट उधार घेतली होती,त्याने टुओलोमीला बाहेर काढले आणि
डीला कळवले की वारा त्याला पकडून अर्ध्या अवधीत तोडू शकतो
स

ता असे वाटते की त्याच्याकडे बरेच दिवस नाव तयार होते,तरीही. त्याचा
लक शिफ्टलेस आणि अयशस्वी शेती लोक होते - त्याची कल्पना
ांना त्याचे पालक म्हणून कधीच स्वीकारले नव्हते. सत्य होते
ट एग,लाँग आयलंडचे जे गॅट्सबी,त्याच्या प्लॅटोनिकमधून आले
तःची संकल्पना. तो देवाचा पुत्र होता - एक वाक्यांश ज्याचा अर्थ असेल तर
हीही,म्हणजे फक्त तेच - आणि तो त्याच्या पित्याच्या व्यवसायाशी संबंधित असला
हिजे ,
काट,असभ्य आणि निष्कलंक सौंदर्याची सेवा. म्हणून त्याने शोध लावला
रा वर्षांचा मुलगा जय गॅट्सबीसारखाच असेल
ध लावण्याची शक्यता आहे आणि या संकल्पनेवर तो शेवटपर्यंत विश्वासू होता.

क वर्षांहून अधिक काळ तो दक्षिण किनाऱ्यावर मार खात होता
क सुपीरियर क्लॅम-डिगर आणि सॅल्मन-फिशर किंवा इतर कोणत्याही स्वरूपात
नता ज्याने त्याला अन्न आणि बेड आणले. त्याचे तपकिरी,कडक शरीर
सिंगच्या अर्ध-उग्र,अर्ध-आळशी कामातून नैसर्गिकरित्या जगले
वस तो स्त्रियांना लवकर ओळखत होता आणि त्यांनी त्याला बिघडवल्यामुळे तो
ला
ंच्याबद्दल,तरुण कुमारींचा तिरस्कार,कारण ते अज्ञानी होते
र कारण ते त्याच्यामध्ये असलेल्या गोष्टींबद्दल उन्मादग्रस्त होते
बरदस्त आत्मशोषण त्याने गृहीत धरले.

ा त्याचे हृदय सतत,अशांत दंग्यात होते. सर्वात विचित्र
णि रात्री त्याच्या अंथरुणावर विलक्षण अभिमानाने त्याला पछाडले. चे एक विश्व
ड्याळ चालू असताना त्याच्या मेंदूमध्ये अक्षम्य भडकपणा पसरला
शस्टँडवर टिकली आणि ओल्या प्रकाशाने भिजलेला चंद्र त्याच्या गोंधळात पडला
नल्यावर कपडे. प्रत्येक रात्री त्याने त्याच्या पॅटर्नमध्ये भर टाकली
क सह काही ज्वलंत दृश्यावर तंद्री बंद होईपर्यंत fancies
क्षित मिठी. काही काळासाठी या reveries एक आउटलेट प्रदान
ची कल्पनाशक्ती; च्या अवास्तवतेचा ते समाधानकारक संकेत होते
स्तविकता,एक वचन ज्यावर जगाचा खडक सुरक्षितपणे स्थापित झाला होता
चा पंख .

च्या भावी वैभवाच्या प्रवृत्तीने त्याला काही महिन्यांपूर्वी नेले होते,
क्षिण मिनेसोटामधील सेंट ओलाफच्या छोट्या लुथेरन कॉलेजमध्ये . तो
न आठवडे तिथे राहिला,त्याच्याबद्दलच्या भयंकर उदासीनतेमुळे निराश झाला
च्या नशिबाचे ड्रम्स,नियतीलाच,आणि रखवालदाराचा तिरस्कार करणे
ा कामातून त्याला पैसे द्यायचे होते. मग तो परत वळवला
क सुपीरियर,आणि तो अजूनही वर काहीतरी शोधत होता
ा दिवशी डॅन कोडीच्या नौकेने किनाऱ्यावरील उथळ भागात नांगर टाकला.

डी तेव्हा पन्नास वर्षांचा होता,नेवाडा चांदीच्या शेतांचे उत्पादन,
कॉनचा,पंचाहत्तर पासून धातूसाठी प्रत्येक गर्दी. द
टाना कॉपरमधील व्यवहार ज्याने त्याला अनेक वेळा लक्षाधीश बनवले

द ग्रेट गॅट्सब

त्याला शारीरिकदृष्ट्या बळकट पण मृदू वृत्तीच्या मार्गावर सापडले,आणि,
असा संशय घेऊन असंख्य महिलांनी त्याला वेगळे करण्याचा प्रयत्न केला
त्याच्या पैशातून. एला काये,
वृत्तपत्र महिला,त्याच्या कमकुवतपणा साठी मॅडम डी Maintenon खेळला आणि
त्याला एका नौकेत समुद्रात पाठवले,ही टर्जिडची सामान्य मालमत्ता होती
1902 मध्ये पत्रकारिता. ते खूप आदरातिथ्य करत होते
गॅट्झच्या नशिबात आला तेव्हा पाच वर्षे किनारा
लहान मुलगी बे.

तरुण गॅट्झला,त्याच्या ओअर्सवर विसावलेला आणि रेलिंग डेककडे पाहत,
ती नौका जगातील सर्व सौंदर्य आणि ग्लॅमरचे प्रतिनिधित्व करते. आय
समजा तो कोडीकडे हसला - त्याला कदाचित लोकांना आवडले असेल
जेव्हा तो हसला. कोणत्याही परिस्थितीत कोडीने त्याला काही प्रश्न विचारले (एक
त्यांनी अगदी नवीन नाव मिळवले) आणि त्याला आढळले की तो झटपट होता आणि
अत्यंत महत्वाकांक्षी. काही दिवसांनी त्याला घेऊन दुलुथ आणि
त्याला एक निळा कोट,पांढऱ्या डक ट्राउझर्सच्या सहा जोड्या आणि ए
यॉटिंग कॅप. आणि जेव्हा टुओलोमी वेस्ट इंडिजला रवाना झाली आणि द
बार्बरी कोस्ट,गॅट्सबी सुद्धा निघून गेले.

तो एका अस्पष्ट वैयक्तिक क्षमतेत काम करत होता — तो सोबत असताना
कोडी तो बदल्यात कारभारी,सोबती,कर्णधार,सचिव आणि अगदी होता
तुरुंगाधिकारी,डॅन कोडी नशेत डॅन कोडी काय भडक कृत्ये करतो हे सोबरला माहीत
होते
कदाचित लवकरच होईल,आणि त्याने अशा आकस्मिक परिस्थितींसाठी तरतूद केल
गॅट्सबीवर अधिकाधिक विश्वास ठेवत आहे. व्यवस्था पाच चालली
वर्षे,ज्या दरम्यान बोट तीन वेळा खंडाभोवती फिरली.
एला काये व्यतिरिक्त ते अनिश्चित काळ टिकले असावे
बोस्टनमध्ये एका रात्री बोर्डवर आला आणि एका आठवड्यानंतर डॅन कोडी
अनोळखीपणे मरण पावला.

गॅट्सबीच्या बेडरूममधले त्याचे पोर्ट्रेट आठवते ,एक राखाडी,फ्लोरिड
एक कठोर,रिकामा चेहरा असलेला माणूस — पायनियर डिबॉची,जो एक दरम्यान
अमेरिकन जीवनाचा टप्पा पूर्वेकडील समुद्रकिनाऱ्यावर जंगली परत आणला
फ्रंटियर वेश्यालय आणि सलूनची हिंसा. ते अप्रत्यक्षपणे मुळे होते
कोडी जी गॅट्सबीने खूप कमी प्यायली. कधी कधी समलिंगी ओघात
पार्ट्यांमध्ये महिला त्याच्या केसांमध्ये शॅम्पेन घासत असत; तो स्वत: साठी
दारू पिण्याची सवय लावली.

आणि कोडीकडूनच त्याला वारशाने पैसे मिळाले - पंचवीस वर्षांचा वारसा
हजार डॉलर्स त्याला ते मिळाले नाही . त्याला कायदेशीर कधीच कळले नाही
त्याच्या विरोधात वापरलेले उपकरण,परंतु लाखोंपैकी काय राहिले
एला कायेकडे अखंड गेले. तो त्याच्या एकेरी योग्य सह बाकी होते
शिक्षण; जय गॅटस्बीचा अस्पष्ट समोच्च भरला होता
माणसाचे महत्त्व.

त्याने मला हे सर्व खूप नंतर सांगितले,परंतु मी ते येथे खाली ठेवले आहे
त्याच्या पूर्ववर्तींबद्दलच्या त्या पहिल्या जंगली अफवांचा स्फोट करण्याची कल्पना,

थोडेसे खरेही नव्हते . शिवाय त्याने मला ते एका वेळी सांगितले
ध्ळाचा,जेव्हा मी प्रत्येक गोष्टीवर विश्वास ठेवण्याच्या टप्प्यावर पोहोचलो होतो
णि
च्याबद्दल काहीही नाही. त्यामुळे मी या लहान मुक्कामाचा फायदा घेतो
संच साफ करण्यासाठी गॅटस्बीने श्वास घेतला
समज दूर.

झ्या सहवासातही तो थांबला होता. अनेकांसाठी
ठवडे मी त्याला पाहिले नाही किंवा फोनवर त्याचा आवाज ऐकला नाही — बहुतेक
आत होतो
यॉर्क,जॉर्डनबरोबर फिरत आहे आणि स्वत: ला कृतज्ञ करण्याचा प्रयत्न करीत आहे
च्या म्हाताऱ्या मावशीबरोबर — पण शेवटी एका रविवारी मी त्याच्या घरी गेलो
ारी. कोणीतरी टॉमला घेऊन आले तेव्हा मी तिथे दोन मिनिटे गेलो नव्हतो
ानन प्यायला. मी आश्चर्यचकित झालो,स्वाभाविकच,पण खरोखर
श्चर्यकारक गोष्ट अशी की,यापूर्वी असे घडले नव्हते .

घोड्यावर बसलेल्या तिघांची पार्टी होते - टॉम आणि स्लोन नावाचा माणूस आणि
किरी राइडिंगची सवय असलेली एक सुंदर स्त्री,जी पूर्वी तिथे होती.

ुला पाहून मला आनंद , झाला " गॅट्सबी त्याच्या पोर्चवर उभा राहून म्हणाला. " मी

आत आलास याचा आनंद झाला. "

गू त्यांना काळजी आहे!

ासा नीट. सिगारेट किंवा सिगार घ्या. " तो आजूबाजूला फिरला
कन खोली,घंटा वाजते. " मी तुमच्यासाठी प्यायला काहीतरी घेईन
 मिनिट थांब. "

 तिथे असल्यानं त्याच्यावर खूप परिणाम झाला. पण तो
पर्यंत तो त्यांना काहीतरी देत नाही तोपर्यंत अस्वस्थ होईल
 अस्पष्ट मार्ग ज्यासाठी ते आले होते. मिस्टर स्लोन हवे होते
हीही नाही. एक लिंबूपाणी? नको धन्यवाद. थोडे शॅम्पेन? अजिबात नाही,
्यवाद ... मला माफ करा -

ुम्ही छान प्रवास केला का? "

कडे खूप चांगले रस्ते आहेत. "

ला वाटते ऑटोमोबाईल -"

ो. "

ा अप्रतिम आवेगामुळे,गॅट्सबी टॉमकडे वळला,ज्याच्याकडे होता
ोळखी व्यक्ती म्हणून परिचय स्वीकारला.

ाझा विश्वास आहे की आपण आधी कुठेतरी भेटलो आहोत,मिस्टर बुकानन. "

रे,हो," टॉम म्हणाला,विनम्रपणे,पण स्पष्टपणे आठवत नाही.
हणून आम्ही केले. मला खूप चांगले आठवते. "

" सुमारे दोन आठवड्यांपूर्वी. "

" ते बरोबर आहे . तू इथे निकसोबत होतास. "

" मी तुझ्या बायकोला ओळखतो," जवळजवळ आक्रमकपणे गॅट्सबी पुढे म्हणाला.

“ असं? "

टॉम माझ्याकडे वळला.

“ तू इथे जवळ राहतोस,निक? "

" पुढील दरवाजा. "

“ असं? "

मिस्टर स्लोने संभाषणात प्रवेश केला नाही,परंतु परत आला
गर्विष्ठपणे त्याच्या खुर्चीत; ती स्त्रीही काहीच बोलली नाही - तोपर्यंत
अनपेक्षितपणे,दोन हायबॉलनंतर,ती सौहार्दपूर्ण झाली.

" आम्ही सर्वजण तुमच्या पुढच्या पार्टीला येऊ,मिस्टर गॅट्सबी," तिने सुचवले.
" काय म्हणता? "

" नक्कीच; मला तुमचा आनंद होईल . "

कृतज्ञता न मानता मिस्टर स्लोन म्हणाले . " बरं - विचार करा
घर सुरु करण्यासाठी. "

" कृपया घाई करू नका , " गॅट्सबीने त्यांना विनंती केली. त्याचा स्वतःवर ताबा होत
आता,आणि त्याला टॉमला आणखी बघायचे होते. " तू का नाही - तू का नाहीस
रात्रीच्या जेवणासाठी राहा? इतर काही लोक सोडले तर मला आश्चर्य वाटणार नाही
न्यूयॉर्क मधून. "

“ तुम्ही माझ्याबरोबर जेवायला या,” ती बाई उत्साहाने म्हणाली. " दोघेही
आपण "

यात माझाही समावेश होता. मिस्टर स्लोन त्याच्या पाया पडला.

" सोबत ये," तो म्हणाला - पण फक्त तिला.

" म्हणजे ते," तिने आग्रहाने सांगितले. " मला तू असायला आवडेल . भरपूर खोली. "

गॅट्सबीने माझ्याकडे प्रश्नार्थक नजरेने पाहिले. त्याला जायचे होते आणि तो दिसत
नव्हता
मिस्टर स्लोनेने ठरवले होते की त्यांनी असे करू नये .

" मला भीती वाटते की मी करू शकणार नाही," मी म्हणालो.

" बरं,तू ये," तिने गॅट्सबीवर लक्ष केंद्रित करत आग्रह केला.

मिस्टर स्लोएनने तिच्या कानाजवळ काहीतरी बडबडले.

" आम्ही आता सुरुवात केली तर उशीर होणार नाही," तिने जोरात सांगितले.

ाझ्याकडे घोडा नाही," गॅट्सबी म्हणाला. " मी सैन्यात फिरायचो,पण
कधीच घोडा विकत घेतला नाही . मला माझ्या कारमध्ये तुमच्या मागे जावे लागेल
फ करा
फक्त एका मिनिटासाठी. "

ही बाकीचे बाहेर पोर्चवर गेलो,जिथे स्लोएन आणि बाई
ूला एक आवेशपूर्ण संभाषण सुरू केले.

ाझ्या देवा,मला विश्वास आहे की तो माणूस येणार आहे," टॉम म्हणाला. " तो
ा ओळखत नाही का
; का ? "

ा म्हणते की तिला तो हवा आहे. "

ाच्याकडे एक मोठी डिनर पार्टी आहे आणि त्याला तिथे कोणीही ओळखणार
ी . " तो
wned " मला आश्चर्य वाटते की तो डेझीला सैतानात कुठे भेटला. देवाने,मी असू
ते
च्या कल्पना जुन्या पद्धतीच्या आहेत,परंतु आजकाल स्त्रिया खूप धावतात
ा अनुकूल त्यांना सर्व प्रकारचे वेडे मासे भेटतात. "

ानक मिस्टर स्लोन आणि बाई पायऱ्यांवरून खाली उतरले आणि चढले
वे घोडे.

ला," मिस्टर स्लोन टॉमला म्हणाले," आम्हाला उशीर झाला आहे . आम्हाला
चे आहे . " आणि
मला: " त्याला सांगा की आम्ही थांबू शकत नाही ,तू बघशील का? "

आणि मी हस्तांदोलन केले,बाकीच्यांनी मस्त होकार दिला आणि त्यांनी
व्ह खाली त्वरीत trotted,ऑगस्ट पर्णसंभार अंतर्गत अदृश्य
ात टोपी आणि हलका ओव्हरकोट घेऊन गॅट्सबी बाहेर आला

ीच्या एकट्याने धावत असताना टॉम स्पष्टपणे अस्वस्थ झाला होता
्या शनिवारी रात्री तो तिच्यासोबत गॅट्सबीला आला
ी कदाचित त्याच्या उपस्थितीने संध्याकाळला त्याची विलक्षण गुणवत्ता दिली
ाशाही - हे गॅट्सबीच्या इतर पक्षांकडून माझ्या स्मरणात आहे
उन्हाळा. समान लोक होते,किंवा किमान समान क्रमवारी
,शॅम्पेनची तीच प्रगल्भता,तीच अनेक रंगांची,
क-कीड गोंधळ,परंतु मला हवेत एक अप्रियपणा जाणवला,अ
्यापी तिखटपणा जो आधी नव्हता . किंवा कदाचित माझ्याकडे होते
त त्याची सवय झाली आहे,वेस्ट एगला संपूर्ण जग म्हणून स्वीकारण्यासाठी घेतले

: मध्ये,त्याच्या स्वत: च्या मानकांसह आणि त्याच्या स्वत: च्या महान व्यक्तींसह,
्या क्रमांकावर
ोही नाही कारण त्याला तसे असण्याची जाणीव नव्हती आणि आता मी होतो
ीच्या डोळ्यांतून ते पुन्हा पहात आहे . हे नेहमीच दुःखदायक आहे
गोष्टींवर तुम्ही तुमचा खर्च केला आहे त्याकडे नवीन नजरेने पाहण्यासाठी
योजनाची स्वतःची शक्ती.

चे 137पृष्ठ77

ते संध्याकाळच्या वेळी आले आणि आम्ही चमचमीत बाहेर फिरत होतो
शेकडो,डेझीचा आवाज तिच्या घशात गुणगुणत चालला होता.

" या गोष्टी मला खूप उत्तेजित करतात," ती कुजबुजली. " तुला माझे चुंबन घ्यायचे
असेल तर
संध्याकाळी केव्हाही,निक,मला सांगा आणि मला आनंद होईल
तुमच्यासाठी व्यवस्था करण्यासाठी. फक्त माझे नाव सांगा. किंवा ग्रीन कार्ड सादर
करा.
मी हिरवा देत आहे - "

" आजूबाजूला पहा," गॅट्सबीने सुचवले.

" मी आजूबाजूला बघत आहे . माझ्याकडे एक अद्भुत आहे - "

ऐकलेले तुम्ही " अनेक लोकांचे चेहरे तुम्हाला दिसलेच पाहिजेत . "

टॉमचे गर्विष्ठ डोळे गर्दीत फिरले.

" आम्ही फारसे फिरत नाही," तो म्हणाला; " खरं तर,मी फक्त विचार करत होतो
मला येथे आत्मा माहित नाही . "

" कदाचित तुम्ही त्या बाईला ओळखत असाल. " गॅट्सबीने एक सुंदर,क्वचितच सू
केले
पांढऱ्या मनुका झाडाखाली अवस्थेत बसलेल्या महिलेचे मानवी ऑर्किड. टॉम
आणि डेझीने त्या विलक्षण अवास्तव भावनेने पाहिले
चित्रपटांच्या आतापर्यंतच्या भुताटकीच्या सेलिब्रिटीची ओळख.

" ती सुंदर आहे ," डेझी म्हणाली.

" तिच्यावर झुकणारा माणूस तिचा दिग्दर्शक आहे. "

त्याने त्यांना समारंभपूर्वक गटातून गटात नेले:

" मिसेस बुकानन ... आणि मिस्टर बुकानन —" क्षणार्धात संकोच झाल्यावर त्याने
जोडले: " पोलो खेळाडू. "

" अरे नाही," टॉमने पटकन आक्षेप घेतला," मी नाही. "

पण स्पष्टपणे त्याचा आवाज गॅटस्बीला टॉमसाठी " द
पोलो प्लेअर " उरलेल्या संध्याकाळसाठी.

" मी इतक्या सेलिब्रिटींना कधीच भेटलेलो नाही," डेझी उद्गारली. " मला ते आवडल
माणूस - त्याचे नाव काय होते? - निळ्या नाकाच्या क्रमवारीसह. "

गॅटस्बीने त्याला ओळखले आणि ते जोडले की तो एक छोटा निर्माता होता.

" बरं,मला तो कसाही आवडला. "

टॉम आनंदाने म्हणाला ," मी पोलो प्लेअर होण्यापेक्षा थोडेच आहे .
" मी या सर्व प्रसिद्ध लोकांकडे - विस्मृतीत पाहणे पसंत . करेन "

द ग्रेट गॅट्सब

झी आणि गॅट्सबी नाचले. त्याच्या कृपादृष्टीने आश्चर्यचकित झाल्याचे मला ाठवते,
ाणमतवादी फॉक्सट्रॉट - मी त्याला यापूर्वी कधीही नाचताना पाहिले नव्हते. मग ते झ्या घराकडे आलो आणि अर्धा तास पायऱ्यांवर बसलो,
च्या विनंतीनुसार मी बागेत सावध राहिलो. " बाबतीत
ाग किंवा पूर आहे ," तिने स्पष्ट केले," किंवा देवाचे कोणतेही कार्य. "

म्ही जेवायला बसलो असताना टॉम त्याच्या विस्मरणातून दिसला
क्त्र " मी इथे काही लोकांसोबत जेवलो तर तुम्हाला हरकत आहे का? " तो णाला. " एक सहकारी काही मजेदार गोष्टी घेत आहे. "

ुढे जा," डेझीने दिलखुलासपणे उत्तर दिले," आणि जर तुम्हाला काही काढायचे सेल तर
झी छोटी सोन्याची पेन्सिल येथे . आहे " ... तिने आजूबाजूला पाहिलं
णभर आणि मला सांगितले की मुलगी " सामान्य पण सुंदर आहे," आणि मला ते हित होते
ध्या तासाशिवाय ती गॅट्सबीबरोबर एकटी होती ती नव्हती
गला वेळ घालवणे.

म्ही एका खास टेबलावर होतो. ही माझी चूक होती - गॅट्सबीची होती
नवर कॉल केला होता,आणि मी फक्त दोनच लोकांचा आनंद घेतला
ठवडे आधी. पण मला काय गंमत वाटली ते नंतर हवेत सेप्टिक झाले ता

तुला कसे वाटते,मिस बेडेकर? "

ब्रोधित केलेली मुलगी माझ्या विरुद्ध घसरण्याचा प्रयत्न करत होती,अयशस्वी ांदा या चौकशीत ती उठून बसली आणि डोळे उघडले.

काय ' ? "

क प्रचंड आणि सुस्त स्त्री,जी डेझीला गोल्फ खेळण्यासाठी आग्रह करत होती ा स्थानिक क्लबमध्ये तिच्यासोबत,मिस बेडेकरच्या बचावात बोललो :

अरे,ती आता ठीक आहे. जेव्हा तिच्याकडे पाच किंवा सहा कॉकटेल होते मी असाच ओरडायला लागतो. मी तिला सांगतो की तिने ते सोडले पाहिजे कटा "

मी एकटे सोडतो," आरोपीने पोकळपणे होकार दिला.

णून ,आम्ही तुमची ओरडताना ऐकले " मी डॉक्टर सिव्हेटला म्हणालो: कुणीतरी ' हे
ासाठी तुमच्या मदतीची गरज आहे,डॉ. '"

ती खूप बांधील आहे,मला खात्री आहे ," दुसरा मित्र म्हणाला,त्याशिवाय तज्ञता," पण जेव्हा तुम्ही तिचे डोके आत अडकवले तेव्हा तुम्ही तिचा ड्रेस पूर्ण ओला ला
न "

द ग्रेट गॅट्सब

“ मला ज्या गोष्टीचा तिरस्कार आहे ते म्हणजे माझे डोके एका तलावात अडकणे,” मिस कुडकुडली
बायडेकर. “ त्यांनी मला जवळजवळ एकदाच न्यू जर्सीमध्ये बुडवले. "

" मग तुम्ही ते एकटे सोडले पाहिजे," डॉक्टर सिव्हेट म्हणाले.

" स्वत:साठी बोला! " मिस बेडेकर जोरात ओरडल्या. " तुमचा हात
शेक मी तुम्हाला माझ्यावर काम करू देणार नाही ! "

असे होते. जवळजवळ शेवटची गोष्ट मला आठवते ती उभी होती
डेझी आणि हलणारे-चित्र दिग्दर्शक आणि त्याचा स्टार पहात आहे. ते होते
अजूनही पांढऱ्या मनुका झाडाखाली आणि त्यांचे चेहरे स्पर्श करत होते
दरम्यान चंद्रप्रकाशाच्या फिकट,पातळ किरणांसाठी. माझ्या लक्षात आले की तो
हे मिळवण्यासाठी संध्याकाळ खूप हळू हळू तिच्याकडे झुकत होते
समीपता,आणि मी पाहत असतानाही मी त्याला एका टोकाला झुकताना पाहिले
पदवी आणि तिच्या गालावर चुंबन.

" मला ती आवडते," डेझी म्हणाली," मला वाटते ती सुंदर आहे . "

पण बाकीच्यांनी तिला नाराज केले - आणि निर्विवादपणे कारण ते हावभाव नव्हते
पण एक भावना. वेस्ट एगमुळे ती घाबरली,ही अभूतपूर्व
ब्रॉडवे लाँग आयलंडच्या मासेमारीवर जन्माला आलेली “ जागा ”
खेडे - त्याच्या कच्च्या जोमने घाबरून गेले जे जुन्या खाली चाळले
euphemisms आणि त्याच्या रहिवाशांना herded की खूप अडथळा नियतीने
शून्यापासून शून्यापर्यंत शॉर्टकटसह. तिला आत काहीतरी भयानक दिसले
अतिशय साधेपणा तिला समजू शकला नाही.

ते त्यांच्या गाडीची वाट पाहत असताना मी त्यांच्याबरोबर पुढच्या पायरीवर बसलो.
इथे समोर अंधार होता; फक्त तेजस्वी दरवाजाने दहा चौरस फूट पाठवले
मऊ काळ्या सकाळमध्ये प्रकाशाचा प्रवाह. कधी सावली
वरील ड्रेसिंग-रूमच्या आंधळ्याच्या विरुद्ध हलविले,दुसर्या सावलीला वाट दिली,
सावल्यांची एक अनिश्चित मिरवणूक,ज्याने एक मध्ये रग आणि चूर्ण केले
अदृश्य काच.

" तरीही हा गॅट्सबी कोण आहे? " टॉमने अचानक मागणी केली. " काही मोठे
बुटलेगर? "

" तुम्ही ते कुठे ऐकले ? ” मी चौकशी केली.

" मी ते ऐकले नाही . मी त्याची कल्पना केली. यापैकी बरेच नवीन श्रीमंत लोक आहे
फक्त मोठे बुटलेगर,तुम्हाला माहिती आहे. "

" गॅट्सबी नाही," मी थोड्याच वेळात म्हणालो.

तो क्षणभर गप्प बसला. ड्राईव्हचे खडे खाली कुरकुरले
त्याचे पाय.

“ बरं,हा त्रास मिळवण्यासाठी त्याने नक्कीच स्वतःला ताणले असेल
एकत्र "

डेझीच्या फर कॉलरची राखाडी धुके ढवळून काढली .

किमान ते आपल्या ओळखीच्या लोकांपेक्षा अधिक मनोरंजक आहेत," ती म्हणाली
का प्रयत्नाने.

तुला इतकं स्वारस्य दिसत नव्हतं . "

बरं,मी होतो. "

म हसला आणि माझ्याकडे वळला.

व्हा त्या मुलीने तिला खाली ठेवण्यास सांगितले तेव्हा डेझीचा चेहरा तुमच्या लक्षात
ाला का ?
ड शॉवर? "

झीने कर्कश,लयबद्ध कुजबुजत संगीतासह गायला सुरुवात केली,
त्येक शब्दाचा एक अर्थ बाहेर आणणे जो आधी कधीही नव्हता आणि
व्हा कधीही होणार नाही. जेव्हा राग वाढला तेव्हा तिचा आवाज तुटला
डपणे,त्याचे अनुसरण करा,एक प्रकारे विरुद्ध आवाज आहेत,आणि प्रत्येक बदल
ची थोडीशी उबदार मानवी जादू हवेवर टिपली.

असे बरेच लोक येतात ज्यांना आमंत्रित केले गेले नाही ," ती म्हणाली
चानक " त्या मुलीला आमंत्रित केले नव्हते . ते फक्त त्यांच्या मार्गावर सक्ती करतात
ध्ये आणि तो आक्षेप घेण्यास खूप विनम्र आहे. "

तो कोण आहे आणि तो काय करतो हे मला जाणून घ्यायला , आवडेल " टॉम
ाग्रहाने म्हणाला. " मी आणि
ला वाटते की मी शोधून काढेन . "

मी तुला आत्ताच सांगू शकते," तिने उत्तर दिले. " त्याच्या मालकीची काही औषधांची
कानें होती,ए
नेक औषधांची दुकाने. त्यांनी स्वत: त्यांची उभारणी केली. "

यलेटरी लिमोझिन गाडी चालवत आली.

शुभ रात्री,निक," डेझी म्हणाली.

ची नजर मला सोडून पायऱ्यांच्या उजेड माथ्यावर गेली,कुठे
सकाळचे तीन , वाजले " त्या वर्षातील एक नीटनेटके,दु:खी छोटे वाल्ट्ज,
उड्या दारातून बाहेर वाहुत होता. सर्व केल्यानंतर,च्या अतिशय casualness मध्ये
ट्सबीच्या पार्टीमध्ये रोमँटिक शक्यता पूर्णपणे अनुपस्थित होत्या
चे जग. तिथे काय ते गाणे हाक मारल्यासारखे वाटत होते
परत आत? अंधुक,अगणित तासांमध्ये आता काय होईल?
दाचित काही अविश्वसनीय पाहुणे येतील,एक दुर्मिळ व्यक्ती
ाणि आश्चर्यचकित होण्यासाठी,काही प्रामाणिकपणे तेजस्वी तरुण मुलगी कोण
हे
ट्स्बीवर एक ताजी नजर,जादुई चकमकीचा एक क्षण,होईल
ा पाच वर्षांच्या अखंड भक्तीला पुसून टाका.

त्या रात्री उशिरा राहिलो. गॅट्सबीने मला तो मोकळा होईपर्यंत थांबायला सांगितले,
ाणि अपरिहार्य स्विमिंग पार्टी होईपर्यंत मी बागेत रेंगाळलो
ाळ्या समुद्रकिनाऱ्यापासून,दिवे होईपर्यंत,थंडगार आणि उत्तुंगपणे धावा

अतिथीगृहांमध्ये विझविण्यात आले होते. तो खाली आला तेव्हा
शेवटी त्याच्या चेहऱ्यावर टॅन झालेली त्वचा विलक्षण घट्ट झाली होती,
त्याचे डोळे तेजस्वी आणि थकले होते.

" तिला ते आवडले नाही , " तो लगेच म्हणाला.

" अर्थात तिने केले. "

" तिला ते आवडले नाही ," तो आग्रहाने म्हणाला. " तिला चांगला वेळ मिळाला नाही
"

तो गप्प बसला होता,आणि मी त्याच्या अव्यक्त उदासीनतेचा अंदाज लावला.

" मला तिच्यापासून खूप दूर वाटतं," तो म्हणाला. " तिला बनवणे कठीण आहे
समजून घेणे "

“ तुला नृत्याबद्दल म्हणायचे आहे का? "

" नृत्य? " त्याने दिलेले सर्व नृत्य त्याने एका झटक्यात फेटाळून लावले
त्याची बोटे. “ जुना खेळ,नृत्य बिनमहत्त्वाचे आहे. "

डेझीला तिने टॉमकडे जावे यापेक्षा त्याला काही कमी नको होते
म्हणा: " मी तुझ्यावर कधीही प्रेम केले नाही. " तिने चार वर्षे सह obliterated होते
नंतर
ते वाक्य ते अधिक व्यावहारिक उपाय ठरवू शकतील
घेतले. त्यापैकी एक म्हणजे ती मोकळी झाल्यावर ते परत जायचे होते
लुईव्हिलला आणि तिच्या घरातून लग्न करा - जणू ते पाच होते
वर्षांपूर्वी

" आणि तिला समजत नाही , " तो म्हणाला. " ती सक्षम असायची
समजून घेणे आम्ही तासनतास बसू - "

तो तोडला आणि फळांच्या निर्जन वाटेने वर-खाली चालू लागला
rinds आणि फेव्हर आणि ठेचून फुले टाकून.

" मी तिला जास्त विचारणार नाही," मी धाडस केले. " तुम्ही पुनरावृत्ती करू शकत
नाही
भूतकाळ "

" भूतकाळाची पुनरावृत्ती करू शकत ? नाही " तो अविश्वासाने ओरडला. “ अर्थातच
करू शकता! "

त्याने त्याच्या आजूबाजूला रानटीपणे पाहिले,जणू काही भूतकाळ इथे लपून बसला
आहे
त्याच्या घराची सावली,त्याच्या हाताच्या आवाक्याबाहेर.

तो म्हणाला,“ मी पूर्वीप्रमाणेच सर्व काही दुरुस्त करणार आहे .
निर्धाराने होकार देणे. " ती बघेल . "

तो भूतकाळाबद्दल बरेच काही बोलला,आणि त्याला हवे होते हे मी जमवले
काहीतरी पुनर्प्राप्त करा,कदाचित स्वतःची काही कल्पना,जी आत गेली होती
प्रेमळ डेझी. तेव्हापासून त्यांचे जीवन गोंधळलेले आणि विस्कळीत झाले होते,

ा जर तो एकदा एका विशिष्ट सुरुवातीच्या ठिकाणी परत जाऊ शकला आणि
ावर जाऊ शकला
ुहळू त्याला कळले की ती गोष्ट काय होती ...

्एक शरद ऋतूतील रात्री,पाच वर्षांपूर्वी,ते खाली चालत होते
त्यावर पाने पडत असताना,आणि ते अशा ठिकाणी आले जेथे
ाडं नव्हती आणि फुटपाथ चांदण्यांनी पांढरा शुभ्र होता. ते
ा थांबलो आणि एकमेकांकडे वळलो. आता थंडीची रात्र होती
ात त्या अनाकलनीय उत्साहासह जे दोन बदलांवर येते
ाच्या. घरातील शांत दिवे बाहेर गुंजत होते
ग्रार झाला आणि ताऱ्यांमध्ये गोंधळ उडाला. च्या बाहेर
ाच्या डोळ्याच्या कोपऱ्यात गॅट्सबीने पाहिले की फूटपाथचे ब्लॉक खरोखरच आहेत
क शिडी तयार केली आणि झाडांच्या वरच्या एका गुप्त ठिकाणी आरोहित केली -
करू शकतो
ावर चढा,जर तो एकटाच चढला असेल आणि एकदा तिथे तो वर चोखू शकेल
वनाचे पोप,आश्चर्याचे अतुलनीय दूध घासून टाका.

ीचा पांढरा चेहरा त्याच्या समोर येताच त्याच्या हृदयाचे ठोके वेगाने वाढले . तो
व्हा त्याने या मुलीचे चुंबन घेतले तेव्हा त्याला माहित होते आणि कायमचे त्याचे
्यक्त लग्न केले
्या नाशवंत श्वासाचे दर्शन,त्याचे मन पुन्हा कधीही सारखे फिरणार नाही
ाचे मन. म्हणून तो थोडा वेळ थांबला,ऐकत राहिला
निंग-काटा जो ताऱ्यावर आदळला होता. मग त्याने तिचे चुंबन घेतले. येथे
च्या ओठांच्या स्पर्शाने ती त्याच्यासाठी फुलासारखी उमलली आणि ती
तार पूर्ण झाला.

ने सांगितलेल्या सर्व गोष्टींमधून,अगदी त्याच्या भयंकर भावनिकतेतून,मी होतो
ग्राह्या गोष्टीची आठवण करून दिली - एक मायावी लय,हरवलेल्या शब्दांचा तुकडा,
मी खूप पूर्वी कुठेतरी ऐकले होते. क्षणभर एक वाक्य
झ्या तोंडात आकार घेण्याचा प्रयत्न केला आणि माझे ओठ मुक्या माणसासारखे
ळे झाले ,
गू काही चकित होण्यापेक्षा त्यांच्यावर अधिक संघर्ष होत होता
ा पण त्यांनी आवाज काढला नाही आणि जे मला जवळजवळ आठवले होते
यमचा संपर्क न करता येणारा.

स्बीबद्दलची उत्सुकता सर्वात जास्त असताना दिवे लागले
च्या घरी एका शनिवारी रात्री जाणे अयशस्वी झाले - आणि,म्हणून अस्पष्टपणे
ची सुरुवात झाली होती,त्रिमालचियो म्हणून त्याची कारकीर्द संपली होती. फक्त
ुहळू मी केले
च्यांकडे अपेक्षेने बदललेल्या मोटारींची जाणीव व्हावी
व्ह फक्त एक मिनिट थांबली आणि नंतर उदासपणे पळून गेली. नवल
तो आजारी असेल तर मी शोधायला गेलो - एक अपरिचित बटलर
ातून खलनायकी चेहरा माझ्याकडे संशयाने पाहत होता.

मिस्टर गॅट्सबी आजारी आहेत का? "

चे 137पृष्ठ83

" नाही. " थोड्या विरामानंतर त्याने “ सर ” जोडले .

" मी त्याला आजूबाजूला पाहिले नव्हते ,आणि मी काळजीत होतो. त्याला सांगा श्री कॅरवे वर आले. "

" WHO? " त्याने उद्धटपणे मागणी केली.

" कॅरावे. "

" कॅरावे. ठीक आहे,मी त्याला सांगेन . "

अचानक त्याने दार ठोठावले.

माझ्या फिनने मला कळवले की गॅट्सबीने त्याच्या प्रत्येक नोकराला काढून टाकले आहे
एका आठवड्यापूर्वी घर आणि अर्धा डझन इतरांनी त्यांची जागा घेतली,ज्यांनी कधी नाही
व्यापारी लाच देण्यासाठी पश्चिम अंडी गावात गेला,पण आदेश दिला
टेलिफोनवर मध्यम पुरवठा. किराणा पोरांनी कळवले
स्वयंपाकघर पिग्स्टीसारखे दिसत होते आणि सामान्य मत
गाव असे होते की नवीन लोक नोकरच नव्हते .

दुसऱ्या दिवशी गॅट्सबीने मला फोनवर बोलावले.

" निघून जातोय? " मी चौकशी केली.

" नाही,जुना खेळ. "

“ मी ऐकले आहे की तुम्ही तुमच्या सर्व नोकरांना काढून टाकले आहे. "

“ मला कोणीतरी हवं होतं जे गप्पागोष्टी करणार नाही . डेझी जोरदार येते अनेकदा - दुपारी. "

त्यामुळे सगळा कारवाँसरी पत्त्याच्या घरासारखा कोसळला होता
तिच्या डोळ्यात नापसंती.

" ते काही लोक आहेत ज्यासाठी वोल्फशीमला काहीतरी करायचे होते. ते सर्व आहे बंधू आणि भगिनिंनो. ते एक छोटेसे हॉटेल चालवायचे. "

“ मी पाहतो. "

डेझीच्या विनंतीनुसार कॉल करत होता - मी तिच्याकडे जेवणासाठी येऊ का?
उद्या घर? मिस बेकर तिथे असतील. अर्ध्या तासानंतर डेझी
स्वतःला फोन केला आणि मी आहे हे पाहून आराम वाटला
येणाऱ्या. काहीतरी चालू होतं. आणि तरीही ते करतील यावर माझा विश्वास बसत नव्हता.
हा प्रसंग एखाद्या दृश्यासाठी निवडा — विशेषतः त्रासदायक गोष्टींसाठी
गॅट्सबीने बागेत रेखाटलेले दृश्य.

दुसऱ्या दिवशी broiling होते,जवळजवळ शेवटचा,नक्कीच सर्वात उबदार,च्या
उन्हाळा. माझी ट्रेन बोगद्यातून सूर्यप्रकाशात बाहेर पडली तेव्हाच
नॅशनल बिस्किट कंपनीच्या गरम शिट्ट्यांनी उकळी फुटली

ारची शांतता. कारच्या स्ट्रॉ सीट्स काठावर घिरट्या घालत होत्या
लन माझ्या शेजारच्या बाईला थोडा वेळ घाम फुटला
चा पांढरा शर्ट,आणि मग,तिचे वर्तमानपत्र तिच्या खाली ओलसर झाले
टे,एक उजाड रडणे सह खोल उष्णतेने निराशपणे लॅप्स. तिच्या
केटबुक जमिनीवर मारले.

अरे देव! " तिने श्वास घेतला.

थकलेल्या वाकड्याने तो उचलला आणि धरून तिच्या हातात दिला
ताच्या लांबीवर आणि ते सूचित करण्यासाठी कोपऱ्यांच्या टोकाच्या टोकाने
झ्याकडे त्यावर कोणतेही डिझाइन नव्हते - परंतु स्त्रीसह जवळपासचे सर्वजण,
झ्यावर तसाच संशय घेतला.

ारम! " कंडक्टर ओळखीच्या चेहऱ्यांना म्हणाला. " काही हवामान! ... गरम! ...
म! ... गरम! ... ते तुमच्यासाठी पुरेसे गरम आहे का? ते गरम आहे? खरचं ...? "

झ्या प्रवासाचे तिकीट त्याच्या हातातून गडद डाग घेऊन माझ्याकडे परत आले.
ो या उष्णतेमध्ये कोणाची काळजी घ्यावी ज्याच्या ओठांचे चुंबन घेतले,
ाच्या डोक्याने पायजमाचा खिसा त्याच्या हृदयावर ओला केला होता!

बुकानन्सच्या घराच्या हॉलमधून एक मंद वारा वाहून गेला
म्ही वाट पाहत असताना गॅट्सबी आणि मला टेलिफोनच्या बेलचा आवाज आला
र.

ास्टरचे शरीर ? " मुखपत्रात बटलर गर्जना केली. " मी
फ करा,मॅडम,पण आम्ही ते देऊ शकत नाही - याला स्पर्श करणे खूप गरम आहे
ार "

खरोखर काय म्हणाला: " होय ... होय ... मी बघेन . "

ाने रिसीव्हर खाली ठेवला आणि किंचित चमकत आमच्याकडे आला
मच्या ताठ स्ट्रॉ हॅट्स घ्या.

ॅडम तुमची सलूनमध्ये अपेक्षा करतात! " तो विनाकारण ओरडला
शा. या उष्णतेमध्ये प्रत्येक अतिरिक्त हावभाव हा अपमानास्पद होता
वनाचे सामान्य भांडार.

दण्यांनी चांगली सावली असलेली खोली गडद आणि थंड होती. डेझी आणि
र्डन एका मोठ्या पलंगावर पडून होता,चांदीच्या मूर्तीप्रमाणे तोलून गेला होता
हत्यांच्या गाण्याच्या झुळूकेविरुद्ध त्यांचे स्वतःचे पांढरे कपडे.

आम्ही हलू शकत नाही ," ते एकत्र म्हणाले.

र्डनची बोटे,त्यांच्या टॅनवर पावडर पांढरी,क्षणभर विश्रांती घेतली
झ्या मध्ये

आणि मिस्टर थॉमस बुकानन,ॲथलीट? " मी चौकशी केली.

ाच बरोबर मी हॉलमध्ये त्याचा आवाज,कुरकुर,मफल,हस्की ऐकला
लिफोन

चे 137पृष्ठ85

द ग्रेट गॅट्सब

गॅट्सबी किरमिजी रंगाच्या कार्पेटच्या मध्यभागी उभा राहिला आणि आजूबाजूला पाहत होता
मोहित डोळे. डेझीने त्याला पाहिले आणि हसले,तिची गोड,रोमांचक हसणे पावडरचा एक छोटासा झटका तिच्या छातीतून हवेत उठला.

" अफवा आहे," जॉर्डन कुजबुजला ," ती टॉमची मुलगी आहे
टेलिफोन "

आम्ही गप्प बसलो. हॉलमधला आवाज रागाने उंचावला: " खूप बरं,मग,मी तुम्हाला कार अजिबात विकणार नाही ... माझ्यावर कोणतेही बंधन नाही तुला अजिबात ... आणि जेवणाच्या वेळी तू मला त्याबद्दल त्रास देतोस,मी हे अजिबात सहन होणार नाही ! "

" रिसीव्हर दाबून ठेवत," डेझी कुत्सितपणे म्हणाली.

" नाही,तो नाही ," मी तिला आश्वस्त केले. " हा प्रामाणिक करार . आहे मला घडते त्याबद्दल जाणून घ्या. "

टॉमने दार उघडले,त्याच्याबरोबर काही क्षणासाठी जागा रोखली
जाड शरीर,आणि घाईघाईने खोलीत गेले.

" मिस्टर गॅट्सबी! " त्याने आपला रुंद,सपाट हात लपवून ठेवला
नापसंत " मला तुम्हाला पाहून आनंद झाला,सर ... निक ... "

" आमच्यासाठी थंड पेय बनवा," डेझी ओरडली.

तो पुन्हा खोलीतून बाहेर पडताच ती उठली आणि गॅट्सबीकडे गेली
तोंडावर चुंबन घेत त्याचा चेहरा खाली खेचला.

" तुला माहित आहे मी तुझ्यावर प्रेम करतो," ती कुरकुरली.

जॉर्डन म्हणाला ," तुम्ही तिथे एक महिला उपस्थित असल्याचे विसरलात.

डेझीने आजूबाजूला संशयाने पाहिले.

" तू निकलाही चुंबन घे. "

" किती नीच,अश्लील मुलगी! "

" मला काळजी नाही ! " डेझी ओरडली आणि विटांच्या फायरप्लेसवर अडकू लागल
मग तिला उष्णतेची आठवण झाली आणि ती फक्त पलंगावर अपराधीपणे बसली
नुकतीच धुतलेली नर्स एका लहान मुलीचे नेतृत्व करत खोलीत आली.

" Bles-sed pre-cious," तिने तिचे हात बाहेर धरून कुरकुर केली. " ये तुझ्याकडे तुझ्यावर प्रेम करणारी स्वतःची आई. "

नर्सने त्यागलेल्या मुलाने खोलीच्या पलीकडे धाव घेतली आणि
आईच्या पोशाखात रुजली .

" आशीर्वाद प्री-शियास! आई तुझ्या जुन्या पिवळी वर पावडर मिळाली का केस? आता उभे राहा,आणि म्हणा – कैसे-डी-डू. "

ो आणि गॅट्सबी खाली झुकले आणि लहान अनिच्छेने हात हातात घेतला. ंतर तो मुलाकडे आश्चर्याने पाहत राहिला. मला वाटत नाही तो ापूर्वी कधीही त्याच्या अस्तित्वावर खरोखर विश्वास होता.

मी जेवणापूर्वी कपडे घातले," मुलाने उत्सुकतेने वळले झी.

तुझ्या आईला तुला दाखवायचे होते म्हणून . " तिचा चेहरा वाकला हान पांढऱ्या मानेच्या एका सुरकुत्यामध्ये. " तू स्वप्न पाहतोस. आपण गदी लहान स्वप्न. "

हो," मुलाला शांतपणे कबूल केले. " काकू जॉर्डन एक पांढरा ड्रेस घातला आहे ्प "

ाईचे मित्र तुला " कसे आवडतात ? " म्हणून डेझीने तिला वळसा दिला ने गॅट्सबीचा सामना केला. " तुम्हाला वाटते की ते सुंदर आहेत? "

बा " कुठे आहेत ? "

ती तिच्या वडिलांसारखी दिसत नाही," डेझीने स्पष्ट केले. " ती दिसते ' तिला माझे केस आणि चेहऱ्याचा आकार मिळाला आहे . "

झी पुन्हा सोफ्यावर बसली. नर्सने एक पाऊल पुढे टाकले आणि धरले चा हात बाहेर.

ये,पम्मी. "

गुडबाय,प्रिये! "

निच्छेने मागे वळून पाहताना शिस्तप्रिय मुलाने धरले च्या नर्सचा हात होता आणि तिला दरवाजातून बाहेर काढण्यात आले, ाधीच्या चार जिन रिकी ज्या बर्फाने भरल्या होत्या.

ट्सबीने त्याचे पेय घेतले.

ते नक्कीच मस्त दिसत आहेत," तो दृश्यमान तणावाने म्हणाला.

ाम्ही लांब,लोभी गिळणे मध्ये प्यायलो.

म म्हणाला ," मी कुठेतरी वाचले आहे की सूर्य दरवर्षी अधिक तापत आहे ानुवंशिकतेने " असे दिसते आहे की लवकरच पृथ्वी पडणार आहे र्य - किंवा एक मिनिट थांबा - ते अगदी उलट आहे - सूर्य मिळत आहे ावर्षी थंड.

बाहेर या," त्याने गॅट्सबीला सुचवले," तुम्ही बघावे अशी माझी इच्छा आहे काणी. "

त्यांच्यासोबत बाहेर व्हरांड्यात गेलो. हिरव्या आवाजावर,मध्ये स्थिर णता,एक लहान पाल हळू हळू ताजे समुद्राच्या दिशेने रेंगाळली. ट्सबीच्या डोळ्यांनी क्षणोक्षणी त्याचा पाठलाग केला; त्याने हात वर करून इशारा ला ाडीच्या पलीकडे.

चे 137पृष्ठ87

" मी तुझ्यापासून अगदी पलीकडे आहे . "

" तर तू आहेस. "

आमची नजर गुलाबाच्या पलंगावर आणि गरम हिरवळीवर आणि तणांवर वळली किनाऱ्यावरील कुत्र्यांच्या दिवसांना नकार. हळुहळु होडीचे पांढरे पंख आकाशाच्या निळ्या थंड मर्यादेच्या विरुद्ध हलवले. पुढे scalloped घालणे महासागर आणि विपुल धन्य बेटे.

“ तुझ्यासाठी खेळ आहे,” टॉम मान हलवत म्हणाला. " मला तिथे राहायला आवडेल सुमारे एक तास त्याच्याबरोबर. "

आम्ही जेवणाच्या खोलीत जेवण केले,उष्णतेच्या विरोधातही अंधार झाला होता आणि थंड अले सह चिंताग्रस्त आनंद खाली drank.

“ आज दुपारी आपण स्वतःचे काय ? करू " डेझी ओरडली," आणि द त्यानंतरचा दिवस आणि पुढील तीस वर्षे? "

होऊ रोगी " नका ," जॉर्डन म्हणाला. “ आयुष्य पुन्हा सुरु होते जेव्हा ते शरद ऋतूतील कुरकुरीत होते. "

" पण ते खूप गरम आहे," डेझीने अश्रूंच्या काठावर आग्रह धरला," आणि सर्व काही खूप गोंधळलेले आहे. चला सगळे गावाला जाऊया! "

तिचा आवाज उष्णतेने झगडत होता,त्याविरुद्ध मारत होता,मोल्डिंग करत होता त्याची संवेदना रूपे.

" मी एका स्टेबलमधून गॅरेज बनवल्याचे ऐकले आहे," टॉम म्हणत होता गॅटस्बी,“ पण मी पहिला माणूस आहे ज्याने ए
गॅरेज "

" कोणाला गावात जायचे आहे? " डेझीने आग्रहाने मागणी केली. गॅटसबीचे डोळे _ तिच्या दिशेने तरंगला. " अहो," ती ओरडली," तू खूप छान दिसत आहेस. "

त्यांचे डोळे मिटले,आणि ते एकटेच एकमेकांकडे बघत राहिले जागा एका प्रयत्नाने तिने टेबलावर नजर टाकली.

" तू नेहमी खूप छान दिसतोस," तिने पुन्हा सांगितले.

तिने त्याला सांगितले होते की तिचे त्याच्यावर प्रेम आहे आणि टॉम बुकाननने पाहिले तो होता
चकित त्याचे तोंड थोडेसे उघडले,आणि त्याने गॅटसबीकडे पाहिले,आणि मग परत डेझीकडे,जणू काही त्याने तिला नुकतेच ओळखले आहे फार पूर्वी.

" तुम्ही त्या माणसाच्या जाहिरातीसारखेच आहात," ती निरागसपणे पुढे गेली. " तुम्हाला त्या माणसाची जाहिरात माहित आहे -"

" ठीक आहे," टॉम पटकन आत घुसला," मी जाण्यास पूर्णपणे तयार आहे शहर. चला - आपण सर्वजण गावी जाणार आहोत. "

उठला,त्याचे डोळे अजूनही गॅट्सबी आणि त्याची पत्नी यांच्यात चमकत होते. कोणी
ही
तविले

वला! " त्याचा राग थोडासा भडकला. " काय आहे ,तरीही?
पण गावी जात असाल तर सुरुवात करूया . "

ाचा हात,आत्म-नियंत्रणाच्या प्रयत्नाने थरथर कापत,त्याच्या ओठांना कंटाळला
ाच्या अलेचा शेवटचा ग्लास. डेझीच्या आवाजाने आम्हाला पाय रोवले
लंत रेव ड्राइव्हवर.

आम्ही फक्त जाणार आहोत का? " तिने आक्षेप घेतला. " असं? आम्ही जात आहोत

णाला आधी सिगारेट ओढू द्यायची? "

प्रत्येकाने दुपारच्या जेवणात धुम्रपान केले. "

अरे,मजा करूया ," तिने त्याला विनवणी केली. गडबड करणे गरम खूप आहे . "

ाने उत्तर दिले नाही .

म्हणाली ," ते आपल्या स्वत: च्या मार्गाने करा . " " चल,जॉर्डन. "

तयार होण्यासाठी वरच्या मजल्यावर गेले तर आम्ही तिघेजण तिथे उभे होतो
म खडे आमच्या पायांनी हलवत आहेत. चंद्राचा एक चांदीचा वक्र
धीच पश्चिम आकाशात घिरट्या घालत आहे. गॅट्सबी बोलू लागला,बदलला
ाचे मन,परंतु टॉमच्या चाकांच्या आधी नाही आणि त्याला अपेक्षेने तोंड दिले.

तुझ्याकडे तुझा तबेल आहे का? " गॅट्सबीने प्रयत्नाने विचारले.

रस्त्याच्या खाली सुमारे एक चतुर्थांश मैल. "

अरे. "

क विराम.

मला गावात जाण्याची कल्पना दिसत नाही," टॉम क्रूरपणे बाहेर पडला.
स्त्रियांच्या डोक्यात या कल्पना येतात -"

आपण काही प्यायला घेऊ का? " वरच्या खिडकीतून डेझीला हाक मारली.

मी थोडी व्हिस्की घेईन ," टॉमने उत्तर दिले. तो आत गेला.

ट्सबी माझ्याकडे कठोरपणे वळला:

मी त्याच्या घरी काहीही बोलू शकत नाही,जुना खेळ . "

तिचा अविवेकी आवाज आहे," मी टिप्पणी केली. " ते भरले आहे - " मी
कोच

तिचा आवाज पैशाने भरलेला आहे," तो अचानक म्हणाला.

होते. मला आधी कधीच समजले नव्हते . ते पैशाने भरलेले होते - ते

अतुलनीय मोहिनी होती जी उठली आणि त्यात पडली,ची जिंगल
ते,झांजांचं गाणं ... राजाच्या पांढऱ्या महालात उंच
मुलगी,सुवर्ण मुलगी ...

टॉम एक क्वार्टची बाटली टॉवेलमध्ये गुंडाळून घरातून बाहेर आला,त्याच्यामागे
डेझी आणि जॉर्डन यांनी धातूच्या कापडाच्या लहान घट्ट टोपी घालून
त्यांच्या हातावर हलके टोपी घेऊन.

" आपण सगळे माझ्या गाडीत जाऊया का? " गॅट्सबीने सुचवले. त्याला गरम,हिरवेग
वाटले
सीटचे चामडे. " मी ते सावलीत सोडायला हवे होते. "

" तो मानक शिफ्ट आहे का? " टॉमने मागणी केली.

" हो. "

" ठीक आहे,तू माझा कूप घे आणि मला तुझी गाडी शहराकडे नेऊ दे. "

ही सूचना गॅट्सबीला अप्रिय होती.

" मला वाटत नाही की तिथे जास्त गॅस आहे," त्याने आक्षेप घेतला.

" भरपूर गॅस," टॉम उद्दामपणे म्हणाला. त्याने गेजकडे पाहिले. " आणि
जर ते संपले तर मी औषधाच्या दुकानात थांबू शकतो. तुम्ही ए वर काहीही खरेदी क
शकता
आजकाल औषधांचे दुकान. "

या वरवर पाहता निरर्थक टिप्पणीनंतर विराम मिळाला. डेझीने टॉमकडे पाहिले
frowning,आणि एक अनिर्णित अभिव्यक्ती,एकदा निश्चितपणे अपरिचित
आणि अस्पष्टपणे ओळखण्यायोग्य,जणू काही मी त्यात वर्णन केलेले ऐकले आहे
गॅट्सबीच्या चेहऱ्यावरून शब्द गेले .

" चल,डेझी " टॉम तिच्या हाताने गॅट्सबीच्या दिशेने दाबत म्हणाला .
गाडी. " मी तुला या सर्कस वॅगनमध्ये घेऊन जाईन . "

त्याने दार उघडले,पण ती त्याच्या हाताच्या वर्तुळातून बाहेर गेली.

" तू निक आणि जॉर्डनला घे. आम्ही तुझा पाठलाग करू . "

ती गॅट्सबीच्या जवळ गेली आणि त्याच्या कोटला हाताने स्पर्श करत होती. जॉर्डन
गॅट्सबीच्या कारच्या पुढच्या सीटवर बसलो ,टॉमने धक्का दिला
अपरिचित गीअर्स तात्पुरते,आणि आम्ही अत्याचारी मध्ये बंद गोळीबार
उष्णता,त्यांना दृष्टीपासून दूर ठेवते.

" तुम्ही ते पाहिलं का? " टॉमने मागणी केली.

" बघू काय? "

जॉर्डन आणि मी ओळखत असावं हे समजून त्याने माझ्याकडे उत्सुकतेने पाहिलं
सर्व बाजूने

" तुला वाटते की मी खूपच मुका आहे,नाही का ? " त्याने सुचवले. " कदाचित मी अ

ण माझ्याकडे एक - जवळजवळ एक दुसरी दृष्टी आहे,कधीकधी,ती मला काय ांगते
रा. कदाचित तुमचा यावर विश्वास नसेल , पण विज्ञान -"

थांबला. तात्कालिक आकस्मिकतेने त्याला मागे खेचले
द्धांतिक पाताळाच्या काठावरुन.

मी या व्यक्तीची एक छोटीशी चौकशी केली आहे," तो पुढे म्हणाला. " मी
ळले असते तर अजून खोलवर जाऊ शकलो असतो –"

तुम्ही एका माध्यमात गेला आहात ?असे म्हणायचे आहे का " जॉर्डनने विनोदाने
चारले.

काय? " गोंधळून,आम्ही हसलो म्हणून त्याने आमच्याकडे पाहिलं. " एक माध्यम? "

गॅट्सबी बद्दल. "

गॅट्सबी बद्दल! नाही,माझ्याकडे नाही . मी म्हणालो की मी एक लहान बनवत आहे
ाच्या भूतकाळाची चौकशी. "

आणि तो ऑक्सफर्डचा माणूस असल्याचे तुम्हाला आढळले," जॉर्डनने मदतीला
ांगितले.

एक ऑक्सफर्ड माणूस! " तो अविश्वासू होता. " तो नरकासारखा आहे! तो गुलाबी
ाचा परिधान करतो
ट "

तरीही तो ऑक्सफर्डचा माणूस आहे . "

ऑक्सफर्ड,न्यू मेक्सिको," टॉमला तुच्छतेने ओरडले," किंवा असे काहीतरी
"

ऐक,टॉम. जर तुम्ही असा खोचक असाल तर तुम्ही त्याला जेवायला का बोलावले? "
र्डिनने क्रॉसची मागणी केली.

झीने त्याला आमंत्रित केले; आमचे लग्न होण्यापूर्वी ती त्याला ओळखत होती – देव
णतो
ठे! "

प्त होत चाललेल्या अलेमुळे आम्ही सर्व आता चिडलो होतो आणि आम्हाला याची
णीव आहे
डा वेळ शांततेत गाडी चालवली. मग डॉक्टर टीजे एकलबर्गच्या रूपात फिकट झाले
त्यात डोळे मिटले,मला गॅट्सबीची सावधगिरी आठवली
ट्रोल बद्दल.

म म्हणाला ," आम्हाला शहरात नेण्यासाठी पुरेसे आहे .

पण इथे गॅरेज आहे," जॉर्डनने आक्षेप घेतला. " मला नको आहे
बेकिंग उष्णतेमध्ये स्तब्ध व्हा. "

मने अधीरतेने दोन्ही ब्रेक फेकले आणि आम्ही अचानक धुळीकडे सरकलो
ल्सनच्या चिन्हाखाली थांबा . थोड्या वेळाने मालक बाहेर आला

चे 137पृष्ठ91

त्याच्या आस्थापनेचा आतील भाग आणि कारकडे पोकळ डोळे टकटक केले.

" चला थोडा गॅस घेऊया ! " टॉम उग्रपणे ओरडला. " तुम्हाला काय वाटतं आम्हाला साठी थांबलो - दृश्याची प्रशंसा करण्यासाठी? "

" मी आजारी आहे ," विल्सन न हलता म्हणाला. " दिवसभर आजारी होतो. "

" काय झला ? "

" मी सर्व खाली धावत आहे. "

“ बरं,मी स्वतःला मदत करू का? " टॉमने मागणी केली. “ तुम्ही खूप छान वाटले फोन. "

एका प्रयत्नाने विल्सनने दरवाजाची सावली आणि आधार सोडला आणि, जोरात श्वास घेत टाकीची टोपी काढली. सूर्यप्रकाशात त्याचे चेहरा हिरवा होता.

" मला तुमच्या जेवणात व्यत्यय आणायचा नव्हता," तो म्हणाला. " पण मला पैशांच गरज आहे खूपच वाईट,आणि मी विचार करत होतो की तुम्ही तुमच्यासोबत काय करणार आह जुनी कार. "

" तुला हे कसे आवडते? " टॉमने चौकशी केली. " मी गेल्या आठवड्यात ते विकत घेतले. "

" हे छान पिवळे आहे," विल्सन हँडलला ताण देत म्हणाला.

" खरेदी करायला आवडेल? "

" मोठी संधी," विल्सन हलकेच हसला. " नाही,पण मी काही पैसे कमवू शकतो दुसऱ्यावर "

“ तुला अचानक पैसे कशासाठी हवे आहेत? "

" मी इथे खूप वेळ आहे . मला दूर जायचे आहे. मला आणि माझ्या पत्नीला जायचे आहे पश्चिम. "

" तुझी बायको करते," टॉम चकित होऊन उद्गारला.

" ती दहा वर्षांपासून याबद्दल बोलत आहे . " तो क्षणभर विसावला पंप विरुद्ध,त्याचे डोळे सावली. " आणि आता ती जात आहे की नाही ती पाहिजे किंवा नाही. मी तिला दूर नेणार आहे . "

सत्तापालट आमच्याद्वारे धुळीच्या झुंजीने आणि ए च्या फ्लॅशने चमकला हात हलवत.

“ मी तुझे काय देणे लागतो? " टॉमने कठोरपणे मागणी केली.

“ गेल्या दोन दिवसांत मला काहीतरी गमतीशीर गोष्ट समजली," टिप्पणी केली विल्सन. " म्हणूनच मला दूर जायचे आहे . त्यामुळेच मला त्रास होत होता

ापण कार बद्दल. "

मी तुझे काय देणे लागतो? "

डॉलर वीस. "

थक मारहाणीच्या उष्णतेने मला गोंधळात टाकायला सुरुवात केली होती आणि
ला ए
थल्या वाईट क्षणापूर्वी मला हे समजले की आतापर्यंत त्याचा संशय आला नव्हता
मवर उतरला. त्याने शोधून काढले होते की मर्टलला एक प्रकारचे जीवन आहे
ाच्याशिवाय दुसऱ्या जगात,आणि धक्क्याने त्याला शारीरिकरित्या बनवले होते
ाजारी. मी त्याच्याकडे आणि नंतर टॉमकडे पाहिले,ज्याने समांतर केले होते
क्रा तासापेक्षा कमी आधी शोध - आणि मला तिथेच घडले
द्धिमत्ता किंवा वंशामध्ये पुरुषांमध्ये फरक नव्हता,इतका गहन
ाजारी आणि विहीर यांच्यातील फरक. विल्सन इतका आजारी होता
अपराधी,अक्षम्य अपराधी दिसत होता - जणू काही त्याला काही गरीब मिळाले होते
लासह मुलगी.

मी तुला ती गाडी देऊ देईन," टॉम म्हणाला. " मी उद्या पाठवीन
ारी. "

परिसर नेहमी अस्पष्टपणे अस्वस्थ करणारा होता,अगदी व्यापक चकाकीतही
ारची,आणि आता मी चेतावणी दिल्यासारखे माझे डोके फिरवले
गे काहीतरी. राखेच्या ढिगाऱ्यावर डॉक्टर टीजेचे विशाल डोळे
कलबर्गने त्यांची जागरूकता ठेवली,परंतु मला काही क्षणानंतर ते समजले
र डोळे पेक्षा कमी पासून विलक्षण तीव्रता आमच्याकडे होते
स फूट दूर.

ज्च्या एका खिडकीचे पडदे सरकवले गेले होते
डेसे बाजूला,आणि मर्टल विल्सन कारकडे डोकावत होता. तर
तल्लीन झाली होती की तिला निरीक्षण केले जात नाही,आणि
कामागून एक भावना वस्तूंप्रमाणे तिच्या चेहऱ्यावर शिरल्या
ळूहळू विकसित होणारे चित्र. तिची अभिव्यक्ती कुतूहलाने परिचित होती - ती
त्रयांच्या चेहऱ्यावर पाहिलेला हावभाव होता ,पण मर्टलवर
झ्या लक्षात येईपर्यंत विल्सनच्या चेहऱ्यावर ते निरर्थक आणि अवर्णनीय वाटत होते
ा तिचे डोळे,ईर्ष्यायुक्त दहशतीने पसरलेले होते,टॉमवर नाही तर वरच होते
ॉर्डन बेकर,ज्याला तिने त्याची पत्नी म्हणून घेतले.

-- ---------------------------------

ध्या मनाच्या गोंधळासारखा गोंधळ नाही आणि आपणही
नेले टॉमला घाबरण्याचे गरम चाबके जाणवत होते. त्याची पत्नी आणि त्याचे
ाक्षिका,एक तास पूर्वी सुरक्षित आणि inviolate पर्यंत,slipping होते
ाच्या नियंत्रणातून त्वरित. अंत:प्रेरणेने त्याला पाऊल उचलले
झीला मागे टाकणे आणि सोडणे या दुहेरी उद्देशाने प्रवेगक
गे विल्सन आणि आम्ही पन्नास मैल अंतरावर अस्टोरियाच्या दिशेने निघालो
स,तोपर्यंत,उंचावरील कोळ्याच्या गर्डर्समधून,आम्ही आत आलो
ङजगत्या निळ्या कूपचे दृश्य é .

फिफ्टीथ स्ट्रीटच्या आसपासचे ते मोठे चित्रपट छान आहेत," सुचवले

चे 137पृष्ठ93

जॉर्डन. “ मला उन्हाळ्याच्या दुपारी न्यूयॉर्क आवडते जेव्हा प्रत्येकजण दूर असतो. त्याबद्दल काहीतरी खूप कामुक आहे — अतिवृद्ध ,जणू काही सर्व प्रकारचे मजेदार फळे तुमच्या हातात पडणार होती. "

" संवेदना " या शब्दाने टॉमला आणखी अस्वस्थ करण्याचा परिणाम झाला,पण तो निषेध शोधण्याआधीच सत्तापालट थांबला आणि डेझी आम्हाला सोबत काढायला सांगितले.

" आम्ही कुठे जात आहोत? " ती रडली.

“ चित्रपटांचे काय? "

" ते खूप गरम आहे," तिने तक्रार केली. " तू जा. आम्ही फिरून तुम्हाला भेटू नंतर " प्रयत्नाने तिची बुद्धी मंदावली. " आम्ही तुम्हाला काही ठिकाणी भेटू कोपरा. मी दोन सिगारेट ओढणारा माणूस असेन . "

" आम्ही इथे वाद घालू शकत नाही," टॉम अधीरतेने म्हणाला,जसे ट्रकने दिले आमच्या मागे एक शार्प शिट्टी बाहेर. “ तुम्ही माझ्या मागे दक्षिणेकडे जा सेंट्रल पार्क,प्लाझा समोर. "

अनेक वेळा त्याने डोके वळवले आणि त्यांच्या कारकडे मागे वळून पाहिले,आणि जर ट्रॅफिकमुळे त्यांना उशीर झाला त्याने ते नजरेसमोर येईपर्यंत वेग कमी केला. आय त्याला वाटले की ते एका बाजूच्या रस्त्यावरून त्याच्या बाहेर जातील अशी भीती वाव होती
आयुष्य कायमचे.

पण त्यांनी केले नाही . आणि आम्ही सर्वांनी गुंतण्याचे कमी स्पष्टीकरणीय पाऊल उचलले
प्लाझा हॉटेलमधील एका स्वीटचे पार्लर.

प्रदीर्घ आणि गोंधळात टाकणारा युक्तिवाद ज्याचा शेवट आमच्यात अडकून झाला माझी तीक्ष्ण शारीरिक स्मरणशक्ती असली तरी ती खोली मला दूर ठेवते त्या दरम्यान,माझे अंडरवेअर ओलसर सापासारखे वर चढत राहिले माझे पाय आणि अधून मधून घामाचे मणी माझ्या पाठीवर थंड झाले. डेझीच्या सूचनेपासून या कल्पनेचा उगम झाला की आपण पाच जणांना कामावर ठेव स्नानगृह आणि थंड आंघोळ,आणि नंतर म्हणून अधिक मूर्त स्वरूप गृहीत धरले " मिंट जुलेप खाण्याची जागा. " आपल्यापैकी प्रत्येकाने ते वारंवार सांगितले ही एक " वेडी कल्पना " होती - आम्ही सर्वजण एकाच वेळी गोंधळलेल्या कारकुनाश बोललो आणि
विचार केला,किंवा विचार करण्याचे नाटक केले,की आपण खूप मजेदार आहोत ...

खोली मोठी आणि गुदमरणारी होती,आणि ती आधीच चार होती घड्याळात ,खिडक्या उघडताना फक्त गरम झुडुपेचा झटका जाणवत होता पार्क पासून. डेझी आरशात गेली आणि आपल्या पाठीशी उभी राहिली, तिचे केस दुरुस्त करत आहे.

" हा फुगलेला सूट , आहे " जॉर्डनने आदराने आणि प्रत्येकाने कुजबुजले हसले

" दुसरी खिडकी उघडा," डेझीने मागे न फिरवता आज्ञा केली.

ही आणखी " नाहीत . "

ठीक आहे,आम्हाला कुऱ्हाडीसाठी दूरध्वनी करणे चांगले आहे –"

ष्णतेबद्दल विसरून जाण्याची गोष्ट आहे . "
तुम्ही त्याबद्दल खेकडा करून दहापट वाईट करता. "

ने टॉवेलमधून व्हिस्कीची बाटली काढली आणि त्यावर ठेवली
ल

तिला एकटे का सोडू नये,जुना खेळ? " गॅट्सबीने टिप्पणी केली. " तूच आहेस _
ाला गावात यायचे होते. "

णभर शांतता पसरली. त्यातून टेलिफोन बुक सरकले
ळा आणि जमिनीवर शिंपडले,तेव्हा जॉर्डन कुजबुजला," माफ करा
"– पण यावेळी कोणीही हसले नाही.

ी उचलेन ," मी ऑफर केली.

ला ते समजले आहे. " गॅटस्बीने विभक्त स्ट्रिंग तपासली,बडबड केली " हम! मध्ये _
 स्वारस्यपूर्ण मार्ग,आणि खुर्चीवर पुस्तक फेकले.

 तुझे खूप छान अभिव्यक्ती आहे,नाही का ? " टॉम कठोरपणे म्हणाला.

काय आहे? "

सगळा ' जुना खेळ ' धंदा . तू ते कुठे ? उचललेस "

आता इथे बघ,टॉम," डेझी आरशातून वळून म्हणाली," जर
ही वैयक्तिक टिप्पणी करणार आहात मी इथे एक मिनिटही थांबणार नाही .
ल करा आणि मिंट ज्युलेपसाठी बर्फ ऑर्डर करा. "

मने रिसीव्हर हातात घेताच संकुचित उष्णता आवाजात स्फोट झाली
लसोहुन्सचे ठळक शब्द ऐकत होतो
ली बॉलरूममधून वेडिंग मार्च.

ा उन्हात कोणाशीही लग्न करण्याची कल्पना करा! " जॉर्डन निराशपणे ओरडला.

रीही - जूनच्या मध्यात माझे लग्न झाले होते," डेझीला आठवले.
सविले ! कोणीतरी बेहोश झाले. कोण बेहोश झाला,टॉम? "

बिलोकसी," त्याने थोड्याच वेळात उत्तर दिले.

बिलोकसी नावाचा माणूस. ' ब्लॉक्स ' बिलोकसी,आणि त्याने बॉक्स बनवले - ते '

 - आणि तो बिलोक्सी,टेनेसीचा होता. "

यांनी त्याला माझ्या घरी नेले," जॉर्डनने जोडले," कारण आम्ही राहत होतो
पासून फक्त दोन दरवाजे. आणि तो बाबा होईपर्यंत तीन आठवडे राहिला
ला सांगितले की त्याला बाहेर पडावे लागेल. तो गेल्याच्या दुसऱ्या दिवशी बाबा
ले. " नंतर

एक क्षण तिने जोडला. कोणताही संबंध " नव्हता . "

" मला मेम्फिसचे बिल बिलोक्सी माहित होते," मी टिप्पणी केली.

“ तो त्याचा चुलत भाऊ होता. त्याच्या आधी त्याचा संपूर्ण कौटुंबिक इतिहास मला माहीत होता
बाकी त्याने मला एक ॲल्युमिनियम पुटर दिले जे मी आज वापरतो. "

समारंभ सुरू होताच संगीत संपले होते आणि आता मोठा जल्लोष
खिडकीत तरंगले,त्यानंतर मधूनमधून ओरडत होते
" हो - ईए - ईए! " आणि शेवटी जॅझच्या स्फोटाने नृत्य सुरू झाले.

" आम्ही म्हातारे होत आहोत," डेझी म्हणाली. " जर आपण तरुण असतो तर आपण उठलो असतो आणि
नृत्य. "

" बिलोकसी लक्षात ठेव," जॉर्डनने तिला इशारा दिला. तू त्याला " कुठे ओळखतोस टॉम? "

" बिलॉक्सी? " त्याने प्रयत्नाने लक्ष केंद्रित केले. " मी त्याला ओळखत नव्हतो . त्यांए
डेझीचा मित्र . "

" तो नव्हता," तिने नकार दिला. “ मी त्याला आधी कधीच पाहिले नव्हते . तो आत खाली आला
खाजगी कार. "

" बरं,तो म्हणाला की तो तुला ओळखतो. तो म्हणाला की तो लुईव्हिलमध्ये वाढला आहे. जस कि
शेवटच्या क्षणी पक्षी त्याला जवळ घेऊन आला आणि आमच्याकडे जागा आहे का विचारले
त्यांच्यासाठी. "

जॉर्डन हसला.

“ तो बहुधा घराकडे जात होता. त्यांनी मला सांगितले की ते अध्यक्ष आहेत
येल येथे तुमचा वर्ग. "

टॉम आणि मी रिकाम्या नजरेने एकमेकांकडे पाहिले.

" बिलॉक्सी? "

" प्रथम स्थान,आमच्याकडे कोणताही अध्यक्ष नव्हता - "

गॅट्सबीच्या पायाने एक लहान,अस्वस्थ टॅटू मारला आणि टॉमने त्याच्यावर अचानक नजर टाकली .

“ तसे,मिस्टर गॅट्सबी,मला समजले की तुम्ही ऑक्सफर्डचे माणूस आहात . "

" नक्की नाही. "

“ अरे,होय,मला समजले की तू ऑक्सफर्डला गेला आहेस. "

द ग्रेट गॅट्सब

ो - मी तिथे गेलो. "

 विराम. मग टॉमचा आवाज ,अविश्वसनीय आणि अपमानास्पद:

बेलॉक्सी न्यू हेवनला गेल्याच्या सुमारास तुम्ही तिथे गेला असावा. "

गखी एक विराम. एक वेटर ठोठावला आणि पुदिना आणि बर्फाचा चुरा घेऊन आत ला
न्यवाद " आणि सॉफ्ट क्लोजिंगने शांतता भंगली
ाजा च्या. हे जबरदस्त तपशील शेवटी क्लिअर करायचे होते.

ो तुम्हाला सांगितले की मी तिथे गेलो आहे," गॅट्सबी म्हणाला.

ो तुझे ऐकले,पण मला कधी जाणून घ्यायचे आहे. "

 एकोणीसशे एकोणीस मध्ये होते,मी फक्त पाच महिने राहिलो. म्हणूनच मी _
स्वतःला ऑक्सफर्ड माणूस म्हणू शकत नाही . "

ने आजूबाजूला नजर टाकली की आम्ही त्याचा अविश्वास दाखवतो. पण आम्ही ळे होतो
सबीकडे पहात आहे.

तर त्यांनी काही अधिकाऱ्यांना ही संधी दिली
विराम," तो पुढे म्हणाला. " आम्ही कोणत्याही विद्यापीठात जाऊ शकतो
ंड किंवा फ्रान्स. "

ा उठून त्याच्या पाठीवर थाप मारायची होती. माझ्याकडे त्यापैकी एक होते
च्यावरील पूर्ण विश्वासाचे नूतनीकरण जे मी आधी अनुभवले होते .

ो उठली,हलकेच हसली आणि टेबलावर गेली.

ॉम,व्हिस्की उघडा," तिने ऑर्डर दिली," आणि मी तुला पुदीना जुलेप बनवीन.
 तू स्वतःला इतका मूर्ख वाटणार नाहीस ... पुदीना पहा! "

क मिनिट थांबा," टॉम म्हणाला," मला मिस्टर गॅट्सबी यांना आणखी एक
ारायचे आहे
न "

ा," गॅट्सबी नम्रपणे म्हणाला.

म्ही माझ्या घरात कशा प्रकारचा वाद निर्माण करण्याचा प्रयत्न करत आहात? "

टी ते उघड्यावर आले आणि गॅट्सबी समाधानी होता.

ो पंक्ती निर्माण करत नाही," डेझीने हताशपणे एकाकडे पाहिले
 " तुम्ही पंक्ती निर्माण करत आहात . कृपया थोडेसे आत्म-नियंत्रण ठेवा. "

म-नियंत्रण! " टॉमने अविश्वासाने पुनरावृत्ती केली. " मी नवीनतम समजा
ट म्हणजे मागे बसणे आणि मिस्टर कोठेही कोठेही आपल्यावर प्रेम करू द्या
ो बरं,ही कल्पना असेल तर तुम्ही माझी गणना करू शकता ... आजकाल लोक
ुंबिक जीवन आणि कौटुंबिक संस्थांवर उपहासाने सुरुवात करा आणि पुढे

ते सर्व काही ओलांडतील आणि त्यांच्यात आंतरविवाह करतील
काळा आणि गोरा. "

त्याच्या भावनाशून्य बकबक बोलण्याने भारावून त्याने स्वतःला एकटे उभे पाहिले
सभ्यतेच्या शेवटच्या अडथळ्यावर.

" आपण इथे सगळे पांढरे आहोत ," जॉर्डनने कुरकुर केली.

" मला माहित आहे की मी फार लोकप्रिय नाही. मी मोठ्या पार्ट्या देत नाही . मला वाटतं
तुम्हाला तुमच्या घराला पिग्स्टी बनवावे लागेल
मित्र - आधुनिक जगात. "

मी जसा रागावलो होतो,जसे आम्ही सर्व होतो,तेव्हा मला हसण्याचा मोह व्हायचा
त्याचे तोंड उघडले. लिबर्टाइन ते प्रिगचे संक्रमण असे होते
पूर्ण

" माझ्याकडे तुला सांगायचे आहे;जुना खेळ - " गॅट्सबीने सुरुवात केली. पण डेझी
त्याच्या हेतूचा अंदाज लावला.

" कृपया करू नका ! " तिने असहायपणे व्यत्यय आणला. " कृपया सर्व जाऊ द्या
मुख्यपृष्ठ. आपण सर्व घरी का जात नाही ? "

" ती चांगली कल्पना आहे," मी उठलो. " चल,टॉम. कुणालाही ड्रिंक नको असते. "

“ मला हे जाणून घ्यायचे आहे की मिस्टर गॅट्सबी मला काय सांगायचे आहेत. "

" तुमची बायको तुमच्यावर प्रेम करत नाही , " गॅट्सबी म्हणाला. " तिने तुझ्यावर
कधीच प्रेम केले नाही .
ती माझ्यावर प्रेम. "

“ तू वेडा असशील! " टॉम आपोआप उद्गारला.

गॅटस्बी उत्साहाने ज्वलंतपणे त्याच्या पायाशी पडला.

" तिने तुझ्यावर कधीच प्रेम केलं नाही,ऐकलं का? " तो ओरडला. " तिने फक्त
तुझ्याशी लग्न केले
कारण मी गरीब होतो आणि ती माझी वाट बघून थकली होती. ते ए
भयंकर चूक,पण तिच्या हृदयात तिने माझ्याशिवाय कोणावर प्रेम केले नाही! "

या टप्प्यावर जॉर्डन आणि मी जाण्याचा प्रयत्न केला,पण टॉम आणि गॅट्सबीने आ
केला
स्पर्धात्मक खंबीरतेने आम्ही राहतो - जणू काही त्यांच्यापैकी कोणीच नाही
लपविण्यासारखे काहीही आहे आणि विचित्रपणे भाग घेणे हा एक विशेषाधिकार
असेल
त्यांच्या भावनांचा.

" बसा,डेझी," टॉमचा आवाज पितृत्वासाठी अयशस्वी झाला
नोंद “ काय चाललंय ? मला याबद्दल सर्व ऐकायचे आहे. "

काय " चाललंय ते मी तुला सांगितलं ," गॅट्सबी म्हणाला. " पाच वर जात आहे

- आणि तुम्हाला माहित नाही . "

वेगाने डेझीकडे वळला.

म्ही या माणसाला पाच वर्षांपासून पाहत आहात ? "

दिसत नाही," गॅट्सबी म्हणाला. " नाही,आम्ही भेटू शकलो नाही . पण आम्हा दोघींचं
होतं
वेळी एकमेकांना,जुना खेळ,आणि तुम्हाला माहीत नाही . मला सवय होती
ीतरी हसा " — पण त्याच्या डोळ्यात हसू नव्हते — " असा विचार करायचा
ा माहित नव्हते . "

रे - हे सर्व आहे . " टॉमने त्याच्या जाड बोटांनी ए सारखे टॅप केले
द्री आणि त्याच्या खुर्चीत मागे झुकले.

वेडा आहेस ! " त्याने स्फोट केला. " पाच काय झाले याबद्दल मी बोलू शकत नाही
पूर्वी,कारण तेव्हा मी डेझीला ओळखत नव्हतो — आणि जर मी असे केले तर
ा शापित होईल
ी किराणा सामान आणल्याशिवाय तुम्ही तिच्यापासून एक मैल आत कसे आलात
हा
ाच्या दारापर्यंत. पण बाकीचे सगळे खोटे बोलले. डेझी
माझ्याशी लग्न केले तेव्हा माझ्यावर प्रेम केले आणि आता ती माझ्यावर प्रेम
ते. "

ाही," गॅट्सबी डोके हलवत म्हणाला.

ी करते,तरी. त्रास असा आहे की कधीकधी ती मूर्ख बनते
्या डोक्यात कल्पना आहेत आणि ती काय करते आहे हे माहित नाही . " त्याने
ार दिला
ीने " आणि आणखी काय , मला डेझी देखील आवडते. कधीतरी मी निघून जातो
खेळ आणि स्वत: ला मूर्ख बनवा,पण मी नेहमी परत येतो,आणि आत
झे हृदय मी तिच्यावर सर्व वेळ प्रेम करतो. "

बंड करत आहेस ," डेझी म्हणाली. ती माझ्याकडे वळली आणि तिचा आवाज,
अष्टक खाली टाकून,थरारक तिरस्काराने खोली भरली: " करा
म्ही शिकागो का सोडले हे तुम्हाला माहिती आहे? मला आश्चर्य वाटते की त्यांनी
च्याशी वागणूक दिली नाही
छोट्या झोळीच्या कथेला. "

सबी चालत तिच्या शेजारी उभा राहिला.

झी,आता ते सर्व संपले आहे," तो आस्थेने म्हणाला. " काही फरक पडत नाही
णखी. फक्त त्याला सत्य सांगा - की तुम्ही त्याच्यावर कधीही प्रेम केले नाही -
ण ते आहे
कायमचे पुसले गेले. "

त्याच्याकडे डोळे झाकून पाहिलं. " का - मी त्याच्यावर प्रेम कसे करू शकतो -
्यतो? "

त्याच्यावर कधीच प्रेम केलं नाहीस. "

ती संकोचली. तिची नजर जॉर्डन आणि माझ्यावर एका प्रकारच्या आवाहनाने पडली. जणू काही तिला शेवटी कळले की ती काय करत आहे - आणि जणू ती कधीच,कधीच,काहीही करण्याचा हेतू नव्हता. पण ते झाले आता खूप उशीर झाला होता.

" मी त्याच्यावर कधीच प्रेम केले नाही," ती स्पष्टपणे अनिच्छेने म्हणाली.

“ कपिओलानी येथे नाही? " टॉमने अचानक मागणी केली.

" नाही. "

खाली बॉलरूममधून,गुदमरल्यासारखे आणि गुदमरल्यासारखे जीव येत होते हवेच्या गरम लाटांवर वाहणे.

“ त्या दिवशी मी तुला पंच बाऊलमधून खाली आणले नाही शूज कोरडे आहेत? ” त्याच्या स्वरात एक हळवी कोमलता होती ... “ डेझी? "

" कृपया करू नका . ” तिचा आवाज थंड होता,पण तिथून राग निघून गेला होता. तिने गॅट्सबीकडे पाहिले. " तेथे,जय," ती म्हणाली - पण तिचा हात तिने प्रयत्न केला सिगारेट पेटवायला थरथर कापत होती. अचानक तिने सिगारेट फेकली आणि कार्पेटवर बर्निंग मॅच.

“ अरे,तुला खूप हवे आहे! " ती गॅट्सबीला ओरडली. मी " आता तुझ्यावर प्रेम करतो नाही ते पुरेसे आहे? मी भूतकाळात मदत करू शकत नाही . " ती रडायला लागली असहायपणे " मी त्याच्यावर एकदा प्रेम केले होते - परंतु मी तुझ्यावर देखील प्रेम केले. "

गॅट्सबीचे डोळे उघडले आणि बंद झाले .

" तुझंही माझ्यावर प्रेम होतं का? " त्याने पुनरावृत्ती केली.

" तेही खोटे आहे," टॉम क्रूरपणे म्हणाला. " तिला माहित नव्हते की तू आहेस जिवंत का - डेझी आणि माझ्यामध्ये अशा काही गोष्टी आहेत ज्या तुम्हाला कधीच कळणार नाहीत , आपल्यापैकी कोणीही कधीही विसरू शकत नाही अशा गोष्टी. "

हे शब्द गॅट्सबीमध्ये शारीरिकरित्या चावल्यासारखे वाटत होते.

" मला डेझीशी एकट्याने बोलायचे आहे," तो आग्रहाने म्हणाला. " ती सर्व उत्साहित आहे आता —”

" एकटी सुद्धा मी असे म्हणू शकत नाही की मी टॉमवर प्रेम केले नाही," तिने दयनीयपणे कबूल केले आवाज. " ते खरे होणार नाही . "

" अर्थात ते होणार नाही ," टॉम सहमत झाला.

ती पतीकडे वळली.

" जणू काही ते तुझ्यासाठी महत्त्वाचे आहे," ती म्हणाली.

चे 137पृष्ठ100

र्थातच ते महत्त्वाचे आहे. मी आतापासून तुझी चांगली काळजी घेईन
"

ला समजत नाही , " गॅट्सबी घाबरून म्हणाला. " तुम्ही आहात _
ा तिची काळजी घेणार नाही. "

े नाही ? " टॉमने डोळे उघडले आणि हसला. त्याला परवडत असे
ा स्वतःवर नियंत्रण ठेवा. असं " का ? "

झी तुला सोडून जात आहे . "

र्खपणा. "

ा आहे,तरी," ती दृश्यमान प्रयत्नाने म्हणाली.

मला सोडत नाहीये ! टॉमचे शब्द अचानक गॅटस्बीवर झुकले.
श्चितपणे सामान्य फसवणूक करणाऱ्यासाठी नाही ज्याला अंगठी चोरायची आहे
या बोटावर घाला. "

ी हे सहन करणार नाही ! " डेझी ओरडली. " अरे,चला बाहेर पडूया. "

म्ही कोण आहात,तरीही? " टॉम बाहेर पडला. " तुम्ही त्या समूहातील एक आहात
र वोल्फशीम सोबत राहते - मला खूप काही माहित आहे. मी आहे _
च्या घडामोडींची थोडी चौकशी केली - आणि मी ते घेईन
ाखी उद्या. "

म्ही त्याबद्दल स्वतःला अनुकूल करू शकता,जुन्या खेळात," गॅट्सबी स्थिरपणे
ाला.

मची " औषधांची दुकाने ' कोणती हे मला कळले . " तो आमच्याकडे वळून बोलला
ने " त्याने आणि या वोल्फशीमने बाजूचा बराचसा रस्ता विकत घेतला
आणि शिकागो मध्ये औषधांची दुकाने आणि प्रती धान्य दारू विक्री
टर तो त्याच्या छोट्या स्टंटपैकी एक आहे . मी त्याला एक साठी निवडले
गरला मी पहिल्यांदा पाहिलं,आणि मी फार चुकीचं . नव्हतो "

ा बद्दल काय? " गॅट्सबी नम्रपणे म्हणाला. " माझ्या अंदाजाने तुमचा मित्र वॉल्टर

न येण्याचा चेसला फारसा अभिमान नव्हता . "

ाणि तू त्याला सोडून गेलास,नाही का ? तुम्ही त्याला तुरुंगात जाऊ द्या
जर्सी मध्ये एक महिना पूर्ण. देवा! आपण वर वॉल्टर ऐकले पाहिजे
ऱा विषय. "

आमच्याकडे मेला तोडून आला. काही पैसे उचलून त्याला खूप आनंद झाला,
ारा
"

ी " मला ' जुना खेळ म्हणू ' नका ! " टॉम ओरडला. गॅट्सबी म्हणाले
ोही नाही. " वॉल्टर तुम्हाला सट्टेबाजीचे कायदे देखील सांगू शकतो,पण
फशीमने त्याला घाबरवून तोंड बंद केले. "

चे 137पृष्ठ101

गॅट्सबीच्या चेहऱ्यावर ते अपरिचित पण ओळखण्याजोगे रूप परत आले .

" तो औषध दुकानाचा व्यवसाय फक्त एक छोटासा बदल होता," टॉम हळू हळू पुढे म्हणाला.
“ पण तुला आता काहीतरी मिळाले आहे जे मला सांगायला वॉल्टर घाबरत आहे बद्दल "

मी डेझीकडे पाहिले,जी गॅट्सबी आणि तिच्यामध्ये घाबरून पाहत होती पती,आणि जॉर्डन येथे,ज्याने अदृश्य पण समतोल राखण्यास सुरुवात केली होती तिच्या हनुवटीच्या टोकावर शोषून घेणारी वस्तू. मग मी मागे वळलो गॅट्सबी - आणि त्याच्या अभिव्यक्तीमुळे आश्चर्यचकित झाला. त्याने पाहिले - आ असे म्हटले जाते
त्याच्या बागेच्या बडबडलेल्या निंदाबद्दल सर्व तिरस्काराने - जणू तो होता " एका माणसाला मारले. " क्षणभर त्याच्या चेहऱ्याचे वर्णन करता येईल फक्त तो विलक्षण मार्ग.

तो निघून गेला आणि तो नाकारत डेझीशी उत्साहाने बोलू लागला सर्व काही,त्याच्या नावाच्या आरोपांपासून बचाव करणे जे नव्हते केले पण प्रत्येक शब्दाने ती आणखी पुढे जात होती स्वत:,म्हणून त्याने ते सोडून दिले,आणि केवळ मृत स्वप्नच म्हणून लढले दुपार दूर सरकली,ज्याला आता मूर्त नव्हते त्याला स्पर्श करण्याचा प्रयत्न केला, त्या हरवलेल्या आवाजाकडे दुःखाने,निराशेने झगडत आहे खोली.

आवाजाने पुन्हा जाण्याची विनंती केली.

" कृपया,टॉम! मी हे यापुढे सहन करू शकत नाही . "

तिचे घाबरलेले डोळे सांगत होते की,हेतू काहीही असो,हिंमत असो ती होती,नक्कीच गेली होती.

“ तुम्ही दोघं घराला सुरुवात करा,डेझी," टॉम म्हणाला. " मिस्टर गॅट्सबीच्या कारम "

तिने आता घाबरून टॉमकडे पाहिले,पण त्याने उदारपणाने आग्रह केला तिरस्कार

" पुढे जा. तो तुम्हाला त्रास देणार नाही . मला वाटते की त्याला हे समजले आहे कि त्याचा अहंकार आहे
थोडे फ्लर्टेशन संपले आहे. "

ते निघून गेले,एक शब्द न बोलता,बाहेर काढले,अपघाती बनले, अलिप्त,भूतांसारखे,अगदी आपल्या दयेपासून.

थोड्या वेळाने टॉम उठला आणि न उघडलेली बाटली गुंडाळायला लागला टॉवेल मध्ये व्हिस्की.

" यापैकी काही हवे आहे का? जॉर्डन? ... निक? "

मी उत्तर दिले नाही .

द ग्रेट गॅट्सब

निक? " त्याने पुन्हा विचारले.

काय? "

काही पाहिजे का? "

नाही ... मला फक्त आठवलं की आज माझा वाढदिवस आहे. "

तीस वर्षांचा होतो. माझ्या आधी अ.चा भडक,भयावह रस्ता पसरला
ोन दशक.

ज़ले होते जेव्हा आम्ही त्याच्याबरोबर सत्तापालट केला आणि सुरुवात केली
ग आयलंड साठी. टाम सतत बोलला,आनंदी आणि हसत होता,पण
चा आवाज जॉर्डन आणि माझ्यापासून परकीय कोलाहल इतका दूर होता
टपाथ किंवा उंचावलेल्या ओव्हरहेडचा गोंधळ. मानवी सहानुभूती
ाच्या मर्यादा आहेत,आणि आम्ही त्यांचे सर्व दुःखद युक्तिवाद करण्यात समाधानी
तो
हरातील दिवे मागे मिटतात. तीस - च्या दशकाचे वचन
काकीपणा,अविवाहित पुरुषांची एक बारीक यादी जाणून घेणे,एक पातळ करणे
साहाची ब्रीफकेस,पातळ होणारे केस. पण बाजूला जॉर्डन होता
जो,डेझीच्या विपरीत,विसरलेला वाहून नेण्यासाठी कधीही शहाणा होतो
ानुसार स्वप्ने. अंधाऱ्या पुलावरून जाताना तिचा वान चेहरा
टच्या खांद्यावर आणि जबरदस्त स्ट्रोकवर पडलो
च्या हाताच्या आश्वासक दाबाने तीसचा मृत्यू झाला.

ामुळे थंडगार संधिप्रकाशातून आम्ही मृत्यूकडे वळलो.

-- --------------------------------

ण ग्रीक,मायकेलिस,ज्याने शेजारी कॉफी जॉइंट चालवला
-हेप्स हे चौकशीत प्रमुख साक्षीदार होते. तो झोपला होता
च नंतर पर्यंत उष्णता माध्यमातून,तो प्रती strolled तेव्हा
ज,आणि जॉर्ज विल्सनला त्याच्या ऑफिसमध्ये आजारी आढळले - खरोखर
जारी,फिकट गुलाबी
ाचे स्वतःचे फिकट केस आणि सर्व थर थरथरणाऱ्या स्वरूपात. मायकलिसने त्याला
ण्याचा सल्ला दिला
पायला,पण विल्सनने नकार दिला,असे सांगून की त्याला खूप व्यवसाय चुकला तर
ाने केले. त्याचा शेजारी त्याला हिंसक समजावण्याचा प्रयत्न करत असताना
ट ओव्हरहेड फुटले.

ी माझ्या बायकोला तिथे बंदिस्त केले आहे," विल्सनने शांतपणे सांगितले.
ी परवापर्यंत तिथेच राहणार आहे आणि मग आम्ही
हलणार आहे. "

यकेलिस आश्चर्यचकित झाला; ते चार वर्षांपासून शेजारी होते,आणि
ल्सन हे असे विधान करण्यास सक्षम असल्याचे कधीच वाटले नव्हते.
मान्यतः तो या थकलेल्या माणसांपैकी एक होता: जेव्हा तो काम करत नव्हता ,तेव्हा

ात खुर्चीवर बसून लोक आणि गाड्यांकडे टक लावून पाहत होतो
रस्त्याने गेले. कोणीही त्याच्याशी बोलले की तो नेहमी बोलायचा

सहमत,रंगहीन मार्गाने हसले. तो त्याच्या पत्नीचा माणूस होता आणि नाही त्याचे स्वत: चे.

त्यामुळे साहजिकच मायकेलिसने काय झाले हे जाणून घेण्याचा प्रयत्न केला,पण विल्सन
एक शब्दही बोलणार नाही - त्याऐवजी तो उत्सुक,संशयास्पद टाकू लागला
त्याच्या पाहुण्याकडे एक नजर टाकतो आणि त्याला विचारतो की तो निश्चितपणे काय करत आहे
ठराविक दिवसात. नंतरचे जसे अस्वस्थ होत होते,तसे काही
कामगार त्याच्या रेस्टॉरंट आणि मायकेलिसच्या दारातून पुढे आले
नंतर परत येण्याच्या इराद्याने पळून जाण्याची संधी घेतली. पण तो
केले नाही . त्याला असे वाटले की तो विसरला आहे,इतकेच . जेव्हा तो बाहेर आला
पुन्हा,सात नंतर थोड्या वेळाने,त्याला संभाषणाची आठवण झाली
विल्सनचा आवाज ऐकला ,मोठ्याने आणि टोमणे,खाली खाली
गरेज

" मला हरवा! " त्याने तिचे रडणे ऐकले. “ मला खाली फेकून मार आणि घाणेरडे थोडे भित्रा! "

थोड्या वेळाने हात हलवत ती संध्याकाळच्या दिशेने धावत सुटली
ओरडत - तो त्याच्या दारातून जाण्यापूर्वीच व्यवसाय संपला होता.

वर्तमानपत्रांनी म्हटल्याप्रमाणे “ मृत्यूची गाडी ” थांबली नाही ; ते बाहेर आले
जमलेल्या अंधारातून,क्षणभर दुःखदपणे डगमगले,आणि नंतर
पुढच्या बेंडभोवती गायब झाले. मावरो मायकेलिसलाही खात्री नव्हती
त्याचा रंग - त्याने पहिल्या पोलिसाला सांगितले की तो हलका हिरवा आहे. द
दुसरी कार,न्यूयॉर्कच्या दिशेने जाणारी,शंभर यार्डांवर विश्रांतीसाठी आली
पलीकडे,आणि तिचा ड्रायव्हर घाईघाईने परत गेला जेथे मर्टल विल्सन,तिचे जीवन
हिंसकपणे विझली,रस्त्यावर गुडघे टेकले आणि तिचा दाट अंधार मिसळला
धूळ सह रक्त.

मायकेलिस आणि हा माणूस आधी तिच्यापर्यंत पोहोचला,पण जेव्हा ते उघडले होते
तिचा शर्ट कंबर,अजूनही घामाने ओलसर,त्यांनी पाहिले की ती निघून गेली
स्तन फडफडल्यासारखे सैल होत होते आणि ऐकण्याची गरज नव्हती
खाली हृदयासाठी. तोंड उघडे होते आणि थोडे फाडले होते
कोपरे,जणू काही ती सोडण्यात गुदमरली होती
प्रचंड चैतन्य तिने इतके दिवस साठवले होते.

आम्ही शांत असताना तीन-चार मोटारी आणि गर्दी पाहिली
काही अंतरावर.

“ नाश! " टॉम म्हणाला. " मस्तच . _ विल्सनचा थोडासा व्यवसाय असेल शेवटचे "

तो मंद झाला,पण तरीही थांबण्याचा कोणताही हेतू न ठेवता,पर्यंत,म्हणून
आम्ही जवळ आलो,गॅरेजमधील लोकांचे शांत,हेतू चेहेरे
दरवाजाने त्याला आपोआप ब्रेक लावला.

आम्ही एक नजर टाकू," तो संशयाने म्हणाला," फक्त एक नजर. "

ला आता एका पोकळ,आक्रोशाच्या आवाजाची जाणीव झाली जी सतत येत होती
रेजमधून,एक आवाज जो आम्ही कूपमधून बाहेर पडलो आणि चाललो
राच्या दिशेने स्वतःला शब्दात सोडवले " अरे देवा! " उच्चारले
ाक्रोशात

इथे काही वाईट समस्या आहे," टॉम उत्साहाने म्हणाला.

टोकांवर पोहोचला आणि डोक्याच्या वर्तुळात डोकावून पाहिला
रज,जे स्विंगिंग मेटलमध्ये फक्त पिवळ्या दिव्याने प्रकाशित होते
पली ओव्हरहेड. मग त्याने घशात कर्कश आवाज केला आणि ए
ाच्या शक्तिशाली हातांच्या हिंसक जोराच्या हालचालीने त्याचा मार्ग ढकलला
ध्यमातून

र्तुळ उघडकीस येत असलेल्या बडबडीने पुन्हा बंद झाले; ते
काहीही पाहू शकण्यापूर्वी एक मिनिट होता. मग नवीन आगमन
ाइन विस्कळीत झाली आणि जॉर्डन आणि मला अचानक आत ढकलले गेले.

र्टल विल्सनचे शरीर ,ब्लँकेटमध्ये गुंडाळलेले आणि नंतर दुसऱ्यामध्ये
गुंडी,जणू तिला कडक उन्हात थंडी वाजली होती
तीजवळ एक वर्कटेबल,आणि टॉम,त्याच्या पाठीशी,आमच्याकडे वाकत होता
ावर,गतिहीन. त्याच्या शेजारी एक मोटारसायकल घेणारा पोलीस उभा होता
प घाम गाळून आणि छोट्या पुस्तकात दुरुस्त करून नावे खाली करा. सुरुवातीला

तिध्वनी करणाऱ्या उच्च,आक्रोश शब्दांचा स्त्रोत शोधू शकलो नाही
ग्ड्या गॅरेजमधून कोलाहलाने - मग मी विल्सनला उभा असलेला पाहिला
ाच्या कार्यालयाचा उंबरठा वाढवला,पुढे मागे डोलत आणि धरून ठेवला
न्ही हातांनी दाराच्या चौकटी. कोणीतरी त्याच्याशी खालच्या आवाजात बोलत होता
ावाज आणि प्रयत्न,वेळोवेळी,त्याच्यावर हात ठेवण्याचा
ांदा,पण विल्सनने ऐकले नाही किंवा पाहिले नाही. त्याचे डोळे हळू हळू खाली पडत
ते
वंगिंग लाइटपासून भिंतीजवळच्या लादेन टेबलापर्यंत,आणि नंतर धक्का
व्हा प्रकाशाकडे परत आला,आणि त्याने अखंडपणे आपले उच्च सोडले,
ग्रानक कॉल:

अरे,माझ्या गा-ओड! अरे,माझ्या गा-ओड! अरे,गा-ओड! अरे,माझ्या गा-ओड! "

ध्या टॉमने झटक्याने डोके वर केले आणि आजूबाजूला एकटक पाहिल्यानंतर
क्रचकीत डोळ्यांसह गॅरेज,एक गोंधळलेल्या विसंगत टिप्पणीला संबोधित केले
लीस कर्मचारी.

माव –" पोलिस म्हणत होते,"–ओ – "

नाही,आर –" त्या माणसाने दुरुस्त केले," मावरो –"

नाझे ऐक! " टॉमने उग्रपणे आवाज दिला.

आर -" पोलिस म्हणाला," ओ -"

चे 137पृष्ठ105

" जी -"

" जी -" टॉमचा रुंद हात त्याच्या खांद्यावर जोरात पडताच त्याने वर पाहिले .
" तुला काय हवंय मित्रा? "

" काय झालं? - मला तेच जाणून घ्यायचे आहे . "

" ऑटोने तिला धडक दिली. Ins ' antly ठार. "

" लगेच मारले," टॉमने टक लावून पाहिलं.

" ती रस्त्यावर पळत सुटली. कुत्रीच्या मुलाने गाडीही थांबवली नाही . "

“ दोन गाड्या होत्या,” मायकेलिस म्हणाला,“ एक येत आहे , एक जात आहे ,बघू? "

" कुठे जाणार? " पोलिसाने उत्सुकतेने विचारले.

प्रत्येक मार्गाने “ एक जात आहे . बरं,ती ”—त्याचा हात ब्लँकेट्सकडे वाढला पण अर्ध्या वाटेवर थांबली आणि त्याच्या बाजूला पडली - “ ती तिथून पळत एक ' एक N यॉर्क वरून ' येणारा तीस किंवा ' चाळीस मैलांवर जाऊन तिच्याकडे ठोठावतो एक तास. "

" येथे या जागेचे नाव काय ? आहे " अधिकाऱ्याने मागणी केली.

काही " नाव नाही . "

एक फिकट गुलाबी सुंदर कपडे घातलेला निग्रो जवळ आला.

" ती एक पिवळी कार होती," तो म्हणाला," मोठी पिवळी कार. नवीन. "

" अपघात पाहिला? " पोलिसाने विचारले.

“ नाही,पण गाडीने मला रस्त्यावरून पुढे केले,चाळीशीच्या पुढे जात होती . जाणे पन्नास,साठ. "

" इकडे ये आणि तुझे नाव घे . आता बाहेर पहा. मला त्याचे मिळवायचे आहे नाव "

या संवादाचे काही शब्द डोलत विल्सनपर्यंत पोहोचले असावेत
ऑफिसचा दरवाजा,अचानक एका नवीन थीमसाठी त्याच्यामध्ये आवाज आला
रडणे पकडणे:

" तुला मला सांगायची गरज नाही की ती कोणत्या प्रकारची कार होती! मला माहित आहे कसला
गाडीची होती! "

टॉमला पाहताना,मला त्याच्या खांद्याच्या पाठीमागचा स्नायू घट्ट झालेला दिसला
त्याच्या कोट अंतर्गत. तो पटकन विल्सनकडे गेला आणि आत उभा राहिला
त्याच्या समोर,वरच्या हातांनी त्याला घट्ट पकडले.

“ तुम्ही स्वतःला एकत्र खेचले पाहिजे,” तो शांतपणे म्हणाला
कुरबुरी

ल्सनची नजर टॉमवर पडली; त्याने सुरुवात केली आणि नंतर
मने त्याला सरळ धरले नसते तर गुडघ्यापर्यंत कोसळले असते.

ऐका," टॉमने त्याला थोडेसे हलवत म्हटले. " मी फक्त एक मिनिट इथे आलो
ग्नी,न्यूयॉर्कहून. मी तुमच्यासाठी आणत होतो की आम्ही बोलत होतो
द्दल मी आज दुपारी जी पिवळी कार चालवत होतो ती माझी नव्हती - का?
हू? मी ते दुपारपर्यंत पाहिले नाही . "

काय म्हणाला ते ऐकण्यासाठी फक्त निग्रो आणि मी जवळ होतो,पण द
लीस कर्मचाऱ्याच्या नादात काहीतरी पकडले आणि तिरकस नजरेने पाहिले
ळे

हे सर्व काय ? आहे " त्याने मागणी केली.

मी त्याचा मित्र आहे . " टॉमने डोके फिरवले पण हात घट्ट धरला
ल्सनचे " . शरीर तो म्हणतो की त्याला ती कार माहित आहे ज्याने हे केले ... ती
वळी होती
डी. "

ही मंद आवेगाने पोलिस कर्मचाऱ्याला टॉमकडे संशयाने पाहण्यास प्रवृत्त केले.

आणि तुझी गाडी कोणत्या रंगाची आहे ? "

ती निळी कार आहे ,एक कूप आहे . "

आम्ही थेट न्यूयॉर्कहून आलो आहोत," मी म्हणालो.

मच्या थोडे मागे गाडी चालवत असलेल्या कोणीतरी याची पुष्टी केली,आणि
लिसाने पाठ फिरवली.

आता,जर तुम्ही मला ते नाव पुन्हा बरोबर ठेवू द्याल तर -"

ल्सनला बाहुलीप्रमाणे उचलून टॉमने त्याला ऑफिसमध्ये नेले,सेट केले
खुर्चीत बसला आणि परत आला.

कुणी इथे येऊन त्याच्याबरोबर बसणार असेल तर," तो म्हणाला
धिकृतपणे. जवळ उभ्या असलेल्या दोन माणसांनी एकटक पाहत असताना त्याने
हिले
कमेकांकडे आणि अनिच्छेने खोलीत गेले. मग टॉमने बंद केले
च्या दारावर आणि एकच पायरी खाली आलो,त्याची नजर टाळत
ल माझ्या जवळून जाताना तो कुजबुजला: " चला बाहेर पडू . "

-जाणिवेने,त्याच्या अधिकृत शस्त्रांनी मार्ग मोडून,आम्ही
जूनही जमलेल्या गर्दीतून ढकलून,घाईघाईत आलेल्या डॉक्टरला पुढे करत,
ीत केस,ज्याला अर्ध्या तासापूर्वी जंगली आशेवर पाठवले होते.

म्ही वाकण्याच्या पलीकडे जाईपर्यंत टॉमने हळू चालवले - मग त्याचा पाय खाली
ला
ठीण,आणि सत्तापालट रात्रभर चालला . थोड्याच वेळात मी
क मंद रडण्याचा आवाज ऐकला,आणि पाहिले की अश्रू ओसंडून वाहत आहेत
चा चेहरा.

चे 137पृष्ठ107

" भ्यालाला देव शापित! " तो कुजबुजला. " त्याने त्याची गाडीही थांबवली नाही . "

--- ---------------------------------

बुकानन्सचे घर अंधारातून अचानक आमच्याकडे तरंगले
गंजणारी झाडं. टॉम पोर्चजवळ थांबला आणि त्याने वर पाहिले
दुसरा मजला,जिथे दोन खिडक्या वेलींमध्ये प्रकाशाने फुलल्या होत्या.

" डेझीचे घर ," तो म्हणाला. आम्ही गाडीतून उतरताच त्याने माझ्याकडे पाहिले आणि
किंचित भुसभुशीत.

" मी तुला वेस्ट एगमध्ये सोडले असते,निक. आमच्याकडे काहीच नाही
आज रात्री करा. "

त्याच्यावर एक बदल झाला आणि तो गंभीरपणे आणि निर्णयाने बोलला.
आम्ही चांदणे खडी ओलांडून त्याने विल्हेवाट लावलेल्या पोर्चकडे गेलो
काही वेगवान वाक्यांशांमध्ये परिस्थिती.

" मी तुला घरी घेऊन जाण्यासाठी टॅक्सीसाठी फोन करेन आणि तू वाट पाहत
असताना
तुम्ही आणि जॉर्डन स्वयंपाकघरात जा आणि त्यांना तुमच्यासाठी काही मिळवून द्या
रात्रीचे जेवण - तुम्हाला हवे असल्यास. " त्याने दार उघडले. " आत या. "

" नको धन्यवाद. पण तुम्ही मला टॅक्सी मागवल्यास मला आनंद होईल . मी वाट ब
बाहेर "

जॉर्डनने तिचा हात माझ्या हातावर ठेवला.

" तू आत येणार नाहीस,निक ? "

" नको धन्यवाद. "

मला थोडे आजारी वाटत होते आणि मला एकटे राहायचे होते. पण जॉर्डन
आणखी काही क्षण रेंगाळले.

" साडे नऊच आहेत," ती म्हणाली .

मी आत गेलो तर मला शापित होईल ; माझ्याकडे ते सर्व एका दिवसासाठी पुरेसे
होते ,
आणि अचानक त्यात जॉर्डनचाही समावेश होता. तिने काहीतरी पाहिले असेल
हे माझ्या अभिव्यक्तीमध्ये आहे,कारण ती अचानक दूर झाली आणि वर धावली
पोर्च पावले घरात. मी काही मिनिटं डोकं लावून बसलो
माझ्या हातात,आत घेतलेला फोन आणि बटलरचा फोन ऐकू येईपर्यंत
व्हाइस कॉलिंग टॅक्सी. मग मी हळू हळू चालत निघालो ड्राईव्ह पासून दूर
घर,गेटपाशी थांबायचे आहे.

मी वीस यार्डही गेलो नव्हतो
दोन झुडपांमधून वाटेत. मला खूपच विचित्र वाटले असावे
तोपर्यंत,कारण मी प्रकाशाशिवाय कशाचाही विचार करू शकत नाही
त्याच्या चंद्राखाली गुलाबी सूट.

चे 137पृष्ठ108

द ग्रेट गॅट्सब

ाय करतोयस? " मी चौकशी केली.

क्त इथे उभा आहे,जुना खेळ. "

ा तरी,तो एक घृणास्पद व्यवसाय वाटला. तो होता हे सर्व मला माहीत होते
ार्धात घर लुटणार; मला आश्चर्य वाटले नसते
च्या पाठीमागे अशुभ चेहरे ," वुल्फशीमच्या लोकांचे " चेहरे पहा
द झुडूप.

ुला रस्त्यावर काही त्रास दिसला का? " त्याने एका मिनिटानंतर विचारले.

ो. "

संकोचला.

तेची हत्या झाली का? "

ो. "

ुला तसं वाटलं; मी डेझीला सांगितले की मला असे वाटते. धक्का बसला तर बरा
एकाच वेळी आले पाहिजे. ती चांगलीच उभी राहिली. "

असे बोलला की जणू डेझीची प्रतिक्रियाच महत्त्वाची आहे.

ी बाजूच्या रस्त्याने वेस्ट एगला पोहोचलो," तो पुढे गेला," आणि गाडी आत सोडली
ो गॅरेज. मला असे वाटत नाही की आम्हाला कोणी पाहिले आहे,परंतु नक्कीच मी
ू शकत नाही
त्रीने "

र्यंत मला तो इतका आवडला नाही की मला ते आवश्यक वाटले नाही
ला सांगा तो चुकीचा होता.

ोण होती ती बाई? " त्याने चौकशी केली.

तिचे नाव विल्सन होते. तिचे पती गॅरेजचे मालक आहेत. सैतान कसे केले
डते का? "

रं,मी चाक फिरवण्याचा प्रयत्न केला -" तो तुटला आणि अचानक मी
ाचा अंदाज लावला.

झी गाडी चालवत होती का? "

ो," तो एका क्षणानंतर म्हणाला," पण नक्कीच मी म्हणेन की मी होतो. तुम्ही बघा,
हा आम्ही न्यूयॉर्क सोडले तेव्हा ती खूप घाबरली होती आणि तिला वाटले होते
ता गाडी चालवायला लावा — आणि ही बाई आमच्याकडे धावत आली तशी आम्ही
ो
्या मार्गाने येणारी कार पास करणे. हे सर्व एका मिनिटात घडले,परंतु
ा असे वाटले की तिला आमच्याशी बोलायचे आहे,आम्ही आहोत असे वाटले
्या ओळखीचे कोणीतरी. बरं,प्रथम डेझीने त्या महिलेकडे पाठ फिरवली
री कार,आणि मग तिची मज्जा संपली आणि ती मागे वळली. दुसरा
ा हात चाकापर्यंत पोहोचला मला धक्का बसला - यामुळे तिचा मृत्यू झाला
ावा

त्वरित. "

" त्याने तिला उघडले -"

सांगू मला " नकोस ,जुना खेळ. " तो चिडला. " असो - डेझीने त्यावर पाऊल ठेवले. आये
तिला थांबवण्याचा प्रयत्न केला,पण ती करू शकली नाही , म्हणून मी आणीबाणी खेचले
ब्रेक मग ती माझ्या मांडीवर पडली आणि मी पुढे निघालो.

" ती उद्या ठीक होईल," तो सध्या म्हणाला. " मी फक्त जात आहे
येथे थांबा आणि तो तिला त्या अप्रियतेबद्दल त्रास देण्याचा प्रयत्न करतो का ते पह
आज दुपारी. तिने स्वतःला तिच्या खोलीत कोंडून घेतले आणि जर त्याने प्रयत्न केत तर
कोणत्याही क्रूरतेने ती पुन्हा लाईट विझवणार आहे. "

" तो तिला स्पर्श करणार नाही ," मी म्हणालो. " तो तिच्याबद्दल विचार करत नाही

" माझा त्याच्यावर विश्वास नाही , जुन्या खेळावर. "

" तुम्ही किती दिवस वाट पाहणार आहात? "

" आवश्यक असल्यास रात्रभर. असो,ते सर्व झोपेपर्यंत. "

एक नवीन दृष्टिकोन माझ्यासमोर आला. समजा टॉमला ते डेझीला कळले
गाडी चालवत होते. त्याला वाटेल की त्याने त्यात कनेक्शन पाहिले आहे - कदाचित
काहीही विचार करा. मी घराकडे पाहिले; दोन किंवा तीन तेजस्वी होते
जमिनीवर डेझीच्या खोलीतून गुलाबी चमक
मजला

" तुम्ही इथेच थांबा," मी म्हणालो. " मी बघेन ए चे काही चिन्ह आहे का
गोंधळ "

मी हिरवळीच्या सीमेवर परत आलो,खडी पार केली
हळूवारपणे,आणि व्हरांड्याच्या पायऱ्यांवर सरकलो. ड्रॉइंग रूमचे पडदे
उघडे होते,आणि मी पाहिले की खोली रिकामी होती. पोर्च ओलांडून कुठे
तीन महिन्यांपूर्वी आम्ही त्या जूनच्या रात्री जेवण केले होते,मी एका लहानशा ठिका आलो
प्रकाशाचा आयत ज्याचा मी अंदाज लावला ती पॅन्ट्रीची खिडकी होती. आंधळा
काढले होते,पण मला खिडकीच्या चौकटीत एक फाटा सापडला.

डेझी आणि टॉम किचनच्या टेबलावर एकमेकांसमोर बसले होते,
त्यांच्यामध्ये कोल्ड फ्राईड चिकनची प्लेट आणि दोन बाटल्या
ale तो टेबलाच्या पलीकडे तिच्याशी आणि त्याच्यात लक्षपूर्वक बोलत होता
आस्थेने त्याचा हात तिच्यावर पडला आणि तिला झाकले. एकदा अ
तिने त्याच्याकडे पाहिले आणि होकारार्थी मान हलवली.

ते आनंदी नव्हते आणि दोघांनीही कोंबडीला स्पर्श केला नव्हता
अले - आणि तरीही ते नाखूष नव्हते . एक निःसंदिग्ध हवा होती
चित्राबद्दल नैसर्गिक जवळीक,आणि कोणीही सांगितले असते

चे 137पृष्ठ110

एकत्र कट करत होते.

पोर्चमधून टिपू लागलो तेव्हा मला माझी टॅक्सी वाटेत येत असल्याचे ऐकले
ाकडे जाणारा गडद रस्ता. मी त्याला जिथे सोडले होते तिथे गॅट्सबी वाट पाहत
ा
इव्ह

तिथे सर्व शांत आहे का? " त्याने उत्सुकतेने विचारले.

हो,सगळं शांत आहे. " मी संकोचलो. " तुम्ही घरी येऊन मिळवाल
ही झोप. "

ने मान हलवली.

डेझी झोपेपर्यंत मला इथे थांबायचे आहे. शुभ रात्री,जुना खेळ. "

ने कोटच्या खिशात हात घातला आणि उत्सुकतेने त्याच्याकडे वळला
ाची छाननी,जणू काही माझ्या उपस्थितीने च्या पावित्र्याला धक्का बसला आहे
गरण म्हणून मी तिथून निघालो आणि त्याला तिथेच उभं ठेवलं
द्रप्रकाश - काहीही पाहत नाही.

ठवा

रात्रभर झोपू ;शकलो नाही एक फॉगॉर्न सतत ओरडत होता
नी,आणि मी विचित्र वास्तव आणि क्रूर यांच्यामध्ये अर्धा आजारी पडलो,
ावह स्वप्ने. पहाटेच्या दिशेने मी एक टॅक्सी गॅट्सबीच्या ड्राइव्हवर जाताना ऐकली ,
णि ताबडतोब मी पलंगावरून उडी मारली आणि कपडे घालू लागलो - मला वाटले
मी
ाला काहीतरी सांगायचे होते,त्याला सावध करण्यासाठी काहीतरी होते आणि
काळी
न उशीर होईल.

ाचे लॉन ओलांडून मी पाहिले की त्याचा पुढचा दरवाजा अजूनही उघडा होता आणि
होता
लमध्ये टेबलासमोर झुकणे,निराशा किंवा झोपेने जड.

काही नाही झाले," तो विनम्रपणे म्हणाला. मी वाट " पाहिली आणि सुमारे चार
जले
खिडकीजवळ आली आणि एक मिनिट तिथे उभी राहिली आणि मग वळली
काश बाहेर. "

ाचं घर मला त्या रात्री इतकं मोठं कधीच वाटलं नव्हतं
म्ही सिगारेटसाठी मोठ्या खोल्यांमधून शिकार केली. आम्ही बाजूला ढकलले
दे जे मंडपासारखे होते आणि असंख्य पायांवर वाटले
क्ट्रिक लाइट स्विचेससाठी गडद भिंत — एकदा मी एक प्रकारचा गोंधळ घातला
ाटक पियानोच्या चाव्या वर स्प्लॅश. अवर्णनीय होते
ाळीकडे धूळ साचली होती आणि खोल्या अस्ताव्यस्त होत्या,जणू ते
च दिवस प्रसारित झाले नव्हते . मला एक अपरिचित वर humidor आढळले
ल,आत दोन शिळ्या,कोरड्या सिगारेट्स. फ्रेंच उघडणे फेकणे

ड्रॉईंग-रूमच्या खिडक्या,आम्ही अंधारात धुम्रपान करत बसलो.

" तुम्ही निघून जावे," मी म्हणालो. ते शोधून निश्चित हे काढतील आहे तुमची कार. "

" आता निघून जा,जुना खेळ? "

“ एका आठवड्यासाठी अटलांटिक सिटीला जा,किंवा मॉन्ट्रियल पर्यंत. "

तो विचार करणार नाही . तो पर्यंत तो डेझीला सोडू शकत नव्हता
ती काय करणार आहे हे माहित होते. कुठल्यातरी शेवटच्या आशेवर तो घट्ट पकडत होता आणि
त्याला मोकळं हलवणं मला सहन होत नव्हतं .

याच रात्री त्याने मला त्याच्या तरुणपणाची विचित्र गोष्ट सांगितली
डॅन कोडी - मला ते सांगितले कारण " जे गॅट्सबी " काचेसारखे तुटले होते
टॉमच्या कठोर द्वेषाच्या विरोधात ,आणि लांब गुप्त अतिरेक खेळला गेला
बाहेर मला वाटते की त्याने आता काहीही कबूल केले असते,त्याशिवाय
राखीव,परंतु त्याला डेझीबद्दल बोलायचे होते.

ती पहिली " छान " मुलगी होती जिला तो कधी ओळखत होता. विविध अप्रकट मध
क्षमता तो अशा लोकांच्या संपर्कात आला होता,पण नेहमी
दरम्यान अस्पष्ट काटेरी तार. तो तिला उत्साहाने सापडला
इष्ट तो तिच्या घरी गेला,सुरुवातीला इतर अधिकाऱ्यांसह
कॅम्प टेलर,नंतर एकटा. तो आश्चर्यचकित झाला - तो अशा परिस्थितीत कधीच नव
आधी सुंदर घर. पण कशाने श्वासोच्छवासाची हवा दिली
तीव्रता,डेझी तिथे राहत होती - ती तिच्यासाठी प्रासंगिक गोष्ट होती
छावणीत त्याचा तंबू त्याच्यासाठी होता. याबद्दल एक परिपक्व रहस्य होते,
वरच्या मजल्यावरील शयनकक्षांचा इशारा इतरांपेक्षा अधिक सुंदर आणि थंड आहे
शयनकक्ष,समलिंगी आणि तेजस्वी क्रियाकलाप त्याच्या माध्यमातून होत
कॉरिडॉर आणि रोमान्सचे जे अस्पष्ट नव्हते आणि आधीच दूर ठेवलेले होते
सुवासिक फुलांची वनस्पती मध्ये पण ताजे आणि श्वास आणि या वर्षी s redole
चमकणाऱ्या मोटारगाड्या आणि नृत्ये ज्यांची फुले फारच कमी होती
सुकलेले अनेक पुरुषांनी आधीच प्रेम केले होते हे देखील त्याला उत्तेजित करते
डेझी - त्याच्या नजरेत तिची किंमत वाढली. त्यांची सर्व उपस्थिती त्याला जाणवत होती
घराविषयी,स्थिरतेच्या छटा आणि प्रतिध्वनींनी हवेत पसरलेले
दोलायमान भावना.

पण त्याला माहीत होतं की तो डेझीच्या घरी एका मोठ्या माणसाने आहे
अपघात जय गॅटस्बी म्हणून त्याचे भविष्य कितीही वैभवशाली असले तरी तो होता
सध्या भूतकाळ नसलेला एक निर्दयी तरुण माणूस,आणि कोणत्याही क्षणी
त्याच्या गणवेशाचा अदृश्य झगा त्याच्या खांद्यावरून निसटू शकतो. त्यामुळे तो
त्याच्या वेळेचा पुरेपूर उपयोग केला. त्याला जे मिळेल ते त्याने बेधडकपणे घेतले आणि
unscrupully — अखेरीस तो डेझी एक अजूनही ऑक्टोबर रात्री घेतला,घेतला
कारण तिला तिच्या हाताला स्पर्श करण्याचा खरा अधिकार नव्हता.

त्याने स्वतःला तुच्छ मानले असावे,कारण त्याने तिला नक्कीच खाली घेतले होते

द ग्रेट गॅट्सब

ट ढोंग. मला असे म्हणायचे नाही की त्याने त्याच्या फॅन्टमवर व्यापार केला होता
व्रो,परंतु त्याने जाणीवपूर्वक डेझीला सुरक्षिततेची भावना दिली होती; तो
ा विश्वास द्या की तो त्याच स्तरातील व्यक्ती आहे
ा : - की तो तिची काळजी घेण्यास पूर्णपणे सक्षम होता. बाब म्हणून
तर,त्याच्याकडे अशा कोणत्याही सुविधा नव्हत्या - त्याच्याकडे कुटुंबाची सोय
ती
च्या मागे,आणि तो एक अवैयक्तिक सरकारच्या लहरीवर जबाबदार होता
भरात कुठेही उडवले जाणे.

त्याने स्वतःला तुच्छ मानले नाही आणि ते त्याच्यासारखे झाले नाही
पना केली. त्याचा हेतू होता,बहुधा,त्याला जे मिळेल ते घ्यायचे आणि जायचे होते
गण
ा त्याला आढळले की त्याने स्वतःला खालील गोष्टींसाठी वचनबद्ध केले आहे
डेझी विलक्षण आहे हे त्याला माहीत होते,पण त्याला ते कळले नाही
ान " मुलगी किती विलक्षण असू शकते. ती तिच्यात नाहीशी झाली
ांत घर,तिच्या श्रीमंत,पूर्ण जीवनात,गॅट्सबी सोडून - काहीही नाही. त्याला वाटले
याशी लग्न,एवढंच होतं.

दिवसांनंतर जेव्हा ते पुन्हा भेटले,तेव्हा गॅट्सबीला दम लागला होता.
चा कसा तरी विश्वासघात झाला. विकत घेतल्याने तिचा पोर्च उजळला होता
झरी ऑफ स्टार चमक; सेटीचा विकर फॅशनेबलपणे squeaked म्हणून
त्याच्याकडे वळली आणि त्याने तिच्या उत्सुक आणि सुंदर तोंडाचे चुंबन घेतले. ती
ा सर्दी झाली होती आणि त्यामुळे तिचा आवाज अधिक कर्कश आणि मोहक
ला होता
ीपेक्षा,आणि गॅटस्बी तरुणांबद्दल जबरदस्त जागरूक होता आणि
ती कैद करते आणि अनेकांच्या ताजेपणाचे रक्षण करते
डे,आणि डेझीचे,चांदीसारखे चमकणारे,सुरक्षित आणि वर गर्व
बांचा गरम संघर्ष.

ाझं तिच्यावर प्रेम आहे हे जाणून मला किती आश्चर्य वाटलं ते मी वर्णन करू
त , नाही
ा खेळ. ती मला फेकून देईल अशी मला काही काळ आशा होती ,पण ती
ी ,कारण तीही माझ्यावर प्रेम करत होती. तिला वाटलं मला खूप काही माहित आहे
ण मला तिच्याकडून वेगवेगळ्या गोष्टी माहित होत्या ... पण,मी तिथेच होतो
च्या महत्वाकांक्षा,प्रत्येक मिनिटाला आणि अचानक प्रेमात खोलवर जात आहे
ा पर्वा नव्हती . मोठी कामे करून काय उपयोग होता
काय करणार आहे हे तिला सांगण्याची चांगली वेळ? "

ेशात जाण्याआधीच्या शेवटच्या दुपारी तो डेझीसोबत त्याच्या घरी बसला
लांब,शांत वेळ हात. तो थंड पडण्याचा दिवस होता,त्यात आग लागली होती
नी आणि तिचे गाल फुलले. आता आणि नंतर ती हलली आणि त्याने त्याचे
नले
ासा हात फिरवला आणि एकदा त्याने तिच्या काळ्याभोर केसांना चुंबन घेतले.
र
ा काही काळ शांत केले होते,जणू त्यांना एक खोल स्मृती द्यावी
च्या दिवशी दीर्घ विभक्त होण्याचे वचन दिले. ते कधीच जवळ आले नव्हते
च्या प्रेमाच्या महिन्यात,किंवा त्यांच्याशी अधिक सखोल संवाद साधला नाही

चे 137पृष्ठ113

दुसरे,जेव्हा तिने त्याच्या कोटच्या खांद्यावर मूक ओठ घासले
किंवा जेव्हा त्याने तिच्या बोटांच्या टोकाला स्पर्श केला तेव्हा हळूवारपणे,जणू ती ह
झोपलेला

--- --------------------------------

युद्धात त्याने कमालीची कामगिरी केली. त्याच्या आधी तो कर्णधार होता
तो आघाडीवर गेला आणि अर्गोनच्या लढाईनंतर त्याला त्याचे स्थान मिळाले
बहुसंख्य आणि विभागीय मशीन-गनची आज्ञा. च्या नंतर
युद्धविराम त्याने घरी जाण्याचा उन्मादपूर्वक प्रयत्न केला,परंतु काही गुंतागुंत किंवा
गैरसमजाने त्याला ऑक्सफर्डला पाठवले. तो आता काळजीत होता - तिथे
डेझीच्या पत्रांमध्ये चिंताग्रस्त निराशेची गुणवत्ता होती . तिने पाहिले नाही
तो का येऊ शकला नाही . तिला जगाचा दबाव जाणवत होता
बाहेर,आणि तिला त्याला बघायचे होते आणि तिच्या शेजारी त्याची उपस्थिती
अनुभवायची होती
आणि खात्री बाळगा की ती योग्य गोष्ट करत होती.

कारण डेझी तरुण होती आणि तिचे कृत्रिम जग ऑर्किडने भरलेले होते
आणि आनंददायी,आनंदी स्नॉबरी आणि ऑर्केस्ट्रा जे ताल सेट करतात
वर्ष,नवीन जीवनातील दुःख आणि सूचकतेचा सारांश
सूर रात्रभर सॅक्सोफोन्सच्या निराशाजनक टिप्पणीचा आक्रोश केला
"बील स्ट्रीट ब्लूज " तर सोनेरी आणि चांदीच्या शंभर जोड्या
चप्पलने चमकणारी धूळ फेकली. राखाडी चहाच्या तासात होते
या मंद,गोड तापाने सतत धडधडणाऱ्या खोल्या,
गुलाबाच्या पाकळ्यांसारखे ताजे चेहरे इकडे तिकडे वाहून गेले
मजल्याभोवती उदास शिंगे.

या संधिप्रकाशाच्या विश्वातून डेझी पुन्हा सोबत फिरू लागली
हंगाम; अचानक ती पुन्हा दिवसातून अर्धा डझन तारखा सोबत ठेवत होती
अर्धा डझन पुरुष,आणि मणी घेऊन पहाटे झोपलेले
संध्याकाळच्या पोशाखाचा शिफॉन जमिनीवर मरणासन्न ऑर्किडमध्ये अडकलेला
आहे
तिच्या पलंगाच्या बाजूला. आणि तिच्या आत सतत काहीतरी रडत होते
निर्णय. तिला तिचे आयुष्य आता,लगेचच - आणि निर्णय हवा होता
प्रेमाने ,पैशाने,निःसंदिग्ध शक्तीने बनवले पाहिजे
व्यावहारिकता - ती अगदी जवळ होती.

टॉमच्या आगमनाने वसंत ऋतूच्या मध्यात त्या शक्तीने आकार घेतला
बुकानन. त्याच्या व्यक्तीबद्दल आणि त्याच्याबद्दल एक निरोगीपणा होता
स्थिती,आणि डेझी खुश होते. निःसंशय तेथे एक निश्चित होते
संघर्ष आणि काही आराम. तो असताना हे पत्र गॅट्सबीला पोहोचले
अजूनही ऑक्सफर्डमध्ये.

--- --------------------------------

लाँग आयलंडवर आता पहाट झाली होती आणि आम्ही बाकीचे उघडण्यासाठी
निघालो
खालच्या मजल्यावरील खिडक्या,घर राखाडी वळणाने भरून,
सोनेरी प्रकाश. दवभर झाडाची सावली अचानक पडली

णि भूत पक्षी निळ्या पानांमध्ये गाऊ लागले. होता
तील मंद,आनंददायी हालचाल,क्वचितच वारा,थंडीचे आश्वासन देणारा,
दर दिवस.

नला वाटत नाही की तिने कधी त्याच्यावर प्रेम केले असेल. " गॅट्सबी खिडकीतून
गे वळला
णि माझ्याकडे आव्हानात्मक नजरेने पाहिले. " तुम्हाला आठवत असेल,जुना खेळ,ती
ती
ज दुपारी खूप उत्साही. त्याने तिला त्या गोष्टी अशा प्रकारे सांगितल्या
ला घाबरवले - यामुळे असे वाटले की मी एक प्रकारचा स्वस्त आहे
क्ष्ण आणि परिणाम असा झाला की ती काय बोलत आहे हे तिला क्वचितच कळत
ते. "

उदास होऊन बसला.

अर्थात तिने त्याच्यावर फक्त एका मिनिटासाठी प्रेम केले असेल,जेव्हा ते होते
हले लग्न केले - आणि तरीही माझ्यावर जास्त प्रेम केले,तुला दिसत आहे का? "

चानक तो एक जिज्ञासू शेरा घेऊन बाहेर आला.

कोणत्याही परिस्थितीत," तो म्हणाला," ते फक्त वैयक्तिक होते. "

च्यामध्ये काही तीव्रतेचा संशय घेण्याशिवाय आपण त्यातून काय करू शकता
करणाची संकल्पना जी मोजली जाऊ शकत नाही ?

न आणि डेझी त्यांच्याकडे असताना तो फ्रान्सहून परत आला
नाचा प्रवास,आणि एक दयनीय पण अप्रतिम प्रवास केला
ईसविले त्याच्या सैन्याच्या शेवटच्या पगारावर. तो तिथे आठवडाभर राहिला,
ा रस्त्यावरून त्यांची पावलं एकत्र आली होती त्या रस्त्यावरून चालत
व्हेंबरची रात्र आणि बाहेरच्या ठिकाणांची उजळणी करणे
नी तिच्या पांढऱ्या कारमध्ये चालवले होते. जसे डेझीच्या घरात नेहमी होते
ला इतर घरांपेक्षा अधिक रहस्यमय आणि समलिंगी वाटले,म्हणून त्याची कल्पना
शहरातून निघून गेली होती,तरीही ती सर्वत्र पसरलेली होती
ास सौंदर्यासह.

ा जास्त शोध घेतला असता तर सापडला असता असे वाटून तो निघून गेला
ला - की तो तिला मागे सोडत होता. डे-कोच - तो विनयशील होता
ता - गरम होते. तो बाहेर उघड्या वेस्टिब्युलकडे गेला आणि ए वर बसला
ल्डिंग-चेअर,आणि स्टेशन दूर सरकले आणि अपरिचितांच्या पाठीमागे
ारती हलवल्या. मग वसंत ऋतु शेतात बाहेर,जेथे एक पिवळा
ीने त्यांना एका मिनिटासाठी त्यामध्ये असलेल्या लोकांसह रेस केली
ौपचारिक रस्त्यावर तिच्या चेहऱ्याची फिकट जादू पाहिली.

वळला होता आणि आता तो सूर्यापासून दूर जात होता,ज्याप्रमाणे
ली बुडाले,लुप्त झालेल्यांवर आशीर्वादाने पसरल्यासारखे वाटले
ा शहरात तिने श्वास घेतला होता. त्याने हात पुढे केला
ाशपणे जणू काही हवेचा एक तुकडा वाचवण्यासाठी
जागा जी तिने त्याच्यासाठी सुंदर केली होती. पण तेही सगळं चालू होतं

त्याच्या अंधुक डोळ्यांसाठी आता जलद करा आणि त्याला माहित होते की त्याने तो
भाग गमावला आहे
त्यातील,ताजे आणि सर्वोत्तम,कायमचे.

नाश्ता संपवून आम्ही बाहेर पडलो तेव्हा नऊ वाजले होते
पोर्च रात्री आणि तिथल्या हवामानात मोठा फरक पडला होता
हवेत शरद ऋतूची चव होती. माळी,शेवटचा
गॅट्सबीचे पूर्वीचे नोकर पायऱ्यांच्या पायथ्याशी आले.

" मी आज पूल काढून टाकणार आहे,मिस्टर गॅट्सबी . पाने सुरू होतील
खूप लवकर पडणे,आणि नंतर पाईप्समध्ये नेहमीच त्रास होतो . "

करू आज " नका ," गॅट्सबीने उत्तर दिले. तो माफी मागून माझ्याकडे वळला.
" तुम्हाला माहीत आहे,जुना खेळ,मी तो पूल उन्हाळ्यात कधीच वापरला नाही ? "

मी माझ्या घड्याळाकडे पाहिले आणि उभा राहिलो.

माझ्या ट्रेनला बारा मिनिटे . "

मला शहरात जायचे नव्हते . मी एक सभ्य स्ट्रोक लायक नाही
काम,पण ते त्याहून अधिक होते – मला गॅट्सबी सोडायचे नव्हते . आय
मी स्वतःहून दूर जाण्यापूर्वी ती ट्रेन चुकवली आणि नंतर दुसरी.

" मी तुला कॉल करेन," मी शेवटी म्हणालो.

" कर,जुना खेळ. "

" मी तुला दुपारच्या सुमारास कॉल करेन . "

आम्ही हळू हळू पायऱ्या उतरत होतो.

" मला वाटतं डेझीही कॉल करेल. " त्याने माझ्याकडे उत्सुकतेने पाहिले,जणू
मी याची पुष्टी करेन अशी आशा आहे .

" मला असे वाटते. "

" बरं,निरोप. "

आम्ही हस्तांदोलन केले आणि मी निघू लागलो. मी हेजवर पोहोचण्यापूर्वीच मी
काहीतरी आठवले आणि मागे फिरलो.

" ते एक कुजलेला जमाव आहे ," मी लॉन ओलांडून ओरडलो. " तुम्ही लायक आहा
संपूर्ण धिक्कार घड एकत्र ठेवले. "

मी ते म्हटल्याबद्दल मला नेहमीच आनंद होतो. मी आजवर केलेली ती एकमेव प्रशंस
होती
त्याला दिले,कारण मी त्याला सुरुवातीपासून शेवटपर्यंत नाकारले. प्रथम तो
नम्रपणे होकार दिला,आणि मग त्याचा चेहरा त्या तेजस्वीतेत मोडला आणि
हसणे समजून घेणे,जणू काही आपण त्या वस्तुस्थितीवर आनंदी आहोत
सर्व वेळ. त्याच्या सूटच्या सुंदर गुलाबी चिंध्याने एक चमकदार जागा बनवली
पांढऱ्या पायऱ्यांच्या विरुद्ध रंग,आणि मी रात्रीचा विचार केला जेव्हा मी
तीन महिन्यांपूर्वी प्रथम त्याच्या वडिलोपार्जित घरी आले. लॉन आणि

द ग्रेट गॅट्सब

ाचा अंदाज घेणाऱ्यांच्या चेहऱ्याने ड्राइव्हला गर्दी झाली होती
ष्टाचार - आणि तो त्या पायऱ्यांवर उभा राहिला होता,लपवून
विनाशी स्वप्न,जेव्हा त्याने त्यांना निरोप दिला.

ाच्या पाहुणचाराबद्दल मी त्याचे आभार मानले. आम्ही नेहमीच त्याचे आभार मानत
तो
— मी आणि इतर.

ुडबाय," मी हाक मारली. “ मी नाश्त्याचा आनंद घेतला,गॅट्सबी. "

-- -----------------------------------

ऽरात,मी काही काळ कोटेशन्सची यादी करण्याचा प्रयत्न केला
ांत प्रमाणात स्टॉक,मग मी माझ्या फिरत्या खुर्चीवर झोपी गेलो.
ारच्या आधी फोनने मला जागे केले आणि मला घाम फुटला
झ्या कपाळावर फुटणे. तो जॉर्डन बेकर होता; तिने मला अनेकदा फोन केला
म्यान तिच्या स्वतः च्या हालचालींची अनिश्चितता या वेळी
टेल्स आणि क्लब आणि खाजगी घरांमुळे तिला इतर कोणत्याही ठिकाणी शोधणे
ठीण झाले.
र्ग सहसा तिचा आवाज काहीतरी ताजे आणि मस्त म्हणून वायरवर आला,
गू काही हिरव्या गोल्फ-लिंक्समधून एक डिव्होट समुद्रपर्यटनात आला होता
ॉफिसची खिडकी,पण आज सकाळ तिखट आणि कोरडी वाटत होती.

मी डेझीचे घर सोडले आहे ," ती म्हणाली. “ मी हेम्पस्टेड येथे आहे आणि मी जात
हे
ज दुपारी साउथॅम्प्टनला. "

झीचे घर सोडणे कुशलतेने होते ,परंतु हे कृत्य
ना चिडवले आणि तिच्या पुढच्या टिप्पणीने मला कठोर केले.

ल रात्री " तू माझ्यासाठी खूप छान नव्हतास . "

मग काय फरक पडला असेल? "

णभर शांतता. मग:

तथापि - मला तुला भेटायचे आहे. "

मला पण तुला भेटायचे आहे. "

समजा मी साउथॅम्प्टनला गेलो नाही आणि या शहरात येईन
ारी? "

नाही - आज दुपारी मला वाटत नाही . "

खूप छान. "

आज दुपारी हे अशक्य आहे . विविध —"

म्ही थोडा वेळ असेच बोललो,आणि नंतर अचानक आम्ही बोलत नव्हतो
ुढे. मला माहित नाही की आपल्यापैकी कोणी तीक्ष्ण क्लिकने हँग अप केले,परंतु

नाही माहित . मी तिच्याशी चहाच्या टेबलावर बोलू शकलो नसतो
त्या दिवशी जर मी तिच्याशी पुन्हा या जगात बोललो नाही.

मी काही मिनिटांनी गॅट्सबीच्या घरी फोन केला , पण लाइन व्यस्त होती. आय
चार वेळा प्रयत्न केला; शेवटी एका चिडलेल्या सेंट्रलने मला वायर असल्याचे सांगित
डेट्रॉईटपासून लांब अंतरासाठी उघडे ठेवले जात आहे. माझे बाहेर काढणे
वेळापत्रकानुसार,मी तीन-पन्नास ट्रेनभोवती एक लहान वर्तुळ काढले. मग मी
माझ्या खुर्चीत मागे झुकून विचार करण्याचा प्रयत्न केला. नुकतीच दुपार झाली होत

-- ---------------------------------

त्या दिवशी सकाळी जेव्हा मी ट्रेनमधून राखेचा ढीग पार केला तेव्हा मी पार केले होते
मुद्दाम गाडीच्या दुसऱ्या बाजूला. मला वाटले की तेथे एक असेल
दिवसभर जिज्ञासूंचा जमाव तिथे अंधाराचा शोध घेत असलेली लहान मुलं
धूळ मध्ये डाग,आणि काही garrulous माणूस वारंवार काय सांगतो
घडले होते,जोपर्यंत ते त्याच्या आणि त्याच्यासाठी कमी आणि कमी वास्तविक होत
गेले
ते यापुढे सांगू शकत नाही,आणि मर्टल विल्सनची दुःखद कामगिरी होती
विसरले. आता मला थोडे मागे जाऊन काय झाले ते सांगायचे आहे
आदल्या रात्री आम्ही तिथून निघाल्यानंतर गॅरेज.

बहीण कॅथरीनला शोधण्यात त्यांना अडचण आली. तिच्याकडे असेल
त्या रात्री मद्यपान करण्याचा तिचा नियम मोडला,कारण ती आली तेव्हा
दारू पिऊन मूर्ख होता आणि रुग्णवाहिका आहे हे समजू शकला नाही
आधीच फ्लशिंगला गेला आहे. त्यांनी तिला हे पटवून दिल्यावर ती
ताबडतोब बेहोश झाले,जणू काही तो असह्य भाग होता
प्रकरण कोणीतरी,दयाळू किंवा जिज्ञासूंनी तिला आपल्या कारमध्ये नेले आणि तिल
आत नेले
बहिणीच्या शरीराची जागा .

मध्यरात्रीनंतर बराच वेळ एक बदलणारा जमाव मोर्चाच्या विरोधात उभा राहिला
गॅरेजचा,तर जॉर्ज विल्सनने स्वतःला पुढे-मागे हलवले
आत पलंग. थोडावेळ ऑफिसचा दरवाजा उघडा होता,अँड
गॅरेजमध्ये आलेल्या प्रत्येकाने त्याकडे लक्ष न देता पाहिले.
शेवटी कोणीतरी लाज वाटली आणि दरवाजा बंद केला. मायकेलिस
त्याच्याबरोबर इतर अनेक पुरुष होते. प्रथम,चार किंवा पाच पुरुष,नंतर
दोन किंवा तीन पुरुष. तरीही नंतर मायकेलिसला शेवटच्या अनोळखी व्यक्तीला
विचारावे लागले
तिथे पंधरा मिनिटे थांबायला,तो परत त्याच्या घरी गेला
ठेवा आणि कॉफीचे भांडे केले. त्यानंतर तो तेथे एकटाच राहिला
पहाटेपर्यंत विल्सन.

सुमारे तीन वाजता विल्सनच्या विसंगत बडबडाची गुणवत्ता
बदलले - तो शांत झाला आणि पिवळ्या कारबद्दल बोलू लागला. तो
पिवळी कार कोणाची आहे हे शोधण्याचा त्याच्याकडे एक मार्ग असल्याचे जाहीर के
च्या मालकीचे होते,आणि नंतर त्याने काही महिन्यांपूर्वी हे स्पष्ट केले
बायको शहरातून तोंडावर आणि नाकाने आली होती
सुजलेला

ा जेव्हा त्याने स्वतःच हे बोलणे ऐकले तेव्हा तो थबकला आणि रडू लागला " अरे! देवा! " पुन्हा त्याच्या कर्कश आवाजात. मायकेलिसने अनाठायी प्रयत्न केला ला विचलित करण्यासाठी.

ुझ्या लग्नाला किती दिवस झाले,जॉर्ज? तिथे या,प्रयत्न करा आणि बसा ून एक मिनिट,आणि माझ्या प्रश्नाचे उत्तर द्या. किती दिवस झाले तुला ाहित? "

ारा वर्षे. "

ःधी मुले होती का? चला,जॉर्ज,शांत बसा — मी तुम्हाला विचारले न तुम्हाला कधी मुले झाली आहेत का? "

ःक तपकिरी बीटल मंद प्रकाशाविरुद्ध थडकत राहिले,आणि ्हा जेव्हा Michaelis बाहेरच्या रस्त्याने कार फाडत असल्याचे ऐकले ही तासांपूर्वी न थांबलेल्या गाडीसारखा आवाज त्याला आला . ला गॅरेजमध्ये जाणे आवडत नव्हते,कारण कामाचे बेंच होते थे मृतदेह पडलेला होता तिथे डाग पडला,म्हणून तो अस्वस्थपणे हलला फिसच्या आजूबाजूला — त्याला त्यातली प्रत्येक वस्तू सकाळच्या आधीपासून ीत होती — आणि तेव्हापासून ोवेळी विल्सनच्या बाजूला बसून त्याला अधिक शांत ठेवण्याचा प्रयत्न करत होता.

ॉर्ज,तू कधी-कधी जात असे चर्च आहे का? कदाचित आपण जरी ्र दिवस झाले नाही ? कदाचित मी चर्चला कॉल करू शकेन णि एक पुजारी यावे आणि तो तुमच्याशी बोलू शकेल,पहा? "

ोणत्याही मालकीचे नको . "

ुझ्याकडे चर्च असले पाहिजे,जॉर्ज,अशा वेळेस. तुम्ही जरूर दा चर्चला गेलो होतो. तुम्ही चर्चमध्ये लग्न केले नाही का ? ऐका, र्ज,माझे ऐक. तुम्ही चर्चमध्ये लग्न केले नाही का ? "

खूप वर्षांपूर्वी होते. "

र देण्याच्या प्रयत्नाने त्याच्या रॉकिंगची लय तुटली - क्षणभर शांत होता. मग तेच अर्धे जाणते,अर्धे चकित झालेले रूप आले त्याच्या अंधुक डोळ्यात.

ोकडे ड्रॉवरमध्ये पहा," तो डेस्ककडे बोट दाखवत म्हणाला.

ोणता ड्रॉवर? "

ो ड्रॉवर - तो एक. "

ाकलिसने त्याच्या हाताजवळचा ड्रॉवर उघडला. त्यात काहीच नव्हते एक लहान,महागड्या कुत्र्याचा पट्टा,चामड्याचा आणि वेणीने बनलेला ी हे वरवर पाहता नवीन होते.

? " त्याने ते धरून चौकशी केली.

सनने टक लावून होकार दिला.

" मला ते काल दुपारी सापडले. तिने मला याबद्दल सांगण्याचा प्रयत्न केला,पण मी हे काहीतरी मजेदार आहे हे माहित होते. "

“ तुझ्या बायकोने ते विकत घेतले म्हणजे? "

" तिने ते तिच्या ब्युरोवर टिश्यू पेपरमध्ये गुंडाळले होते. "

मायकेलिसला त्यात काही विचित्र दिसले नाही आणि त्याने विल्सनला डझनभर दि त्याच्या पत्नीने कुत्र्याचा पट्टा का विकत घेतला असावा. पण समजण्याजोगे विल्सनने याआधीही मर्टलकडून असेच काही स्पष्टीकरण ऐकले होते. कारण तो म्हणू लागला “ अरे देवा! " पुन्हा कुजबुजत - त्याचा दिलासा देणारा अनेक स्पष्टीकरण हवेत सोडले.

" मग त्याने तिला मारले," विल्सन म्हणाला. त्याचे तोंड अचानक उघडले.

" कोणी केले? "

“ माझ्याकडे शोधण्याचा एक मार्ग आहे. "

" तुम्ही आजारी आहात ,जॉर्ज," त्याचा मित्र म्हणाला. " हे एक ताण आहे तू आणि तुला माहित नाही तू काय म्हणत आहेस . तुम्ही बसून पाहा सकाळपर्यंत शांत. "

" त्याने तिची हत्या केली. "

" तो एक अपघात होता,जॉर्ज. "

विल्सनने मान हलवली. त्याचे डोळे अरुंद झाले आणि तोंड रुंद झाले किंचित एका वरिष्ठाच्या भूताने “ हं! "

" मला माहीत आहे," तो नक्कीच म्हणाला. " मी या विश्वासू लोकांपैकी एक आहे आणि मी
कोणाचेही नुकसान करू नका,पण जेव्हा मला एखादी गोष्ट कळते तेव्हा मला कळ ते त्या गाडीत तोच माणूस होता. ती त्याच्याशी आणि त्याच्याशी बोलायला बाहेर धावली
थांबणार नाही . "

मायकेलिसनेही हे पाहिलं होतं,पण तिथे असं त्याच्या मनात आलं नव्हतं त्यात विशेष महत्त्व होते. मिसेस विल्सन यांचा असा विश्वास होता तिला थांबवण्याचा प्रयत्न करण्याऐवजी तिच्या पतीपासून दूर पळत आहे विशिष्ट कार.

" ती अशी कशी असू शकते? "

" ती खोल आहे," विल्सन म्हणाला,जणू त्या प्रश्नाचे उत्तर आहे.
" आह्ह्ह -"

तो पुन्हा डोलायला लागला आणि मायकेलिस त्याच्या हातात पट्टा फिरवत उभा राहिला
हात

" कदाचित तुला काही मित्र मिळाले असतील ज्यासाठी मी फोन करू शकेन,जॉर्ज?

एक उदासीन आशा होती - त्याला जवळजवळ खात्री होती की विल्सनचा
णताही मित्र नाही:
च्या पत्नीसाठी त्याच्याकडे पुरेसे नव्हते. थोड्या वेळाने त्याला आनंद झाला
हा त्याला खोलीत बदल दिसला,खिडकीतून एक निळा चमकत होता,
णि लक्षात आले की पहाट फार दूर नाही . पाच वाजण्याच्या सुमारास ते निळे होते
गश बंद करण्यासाठी पुरेसे बाहेर.

ल्सनचे चमकलेले डोळे राखेच्या ढिगाऱ्याकडे वळले,जिथे लहान राखाडी होते
ांनी विलक्षण आकार धारण केले आणि इकडे तिकडे धावले
टेचा मंद वारा.

ी तिच्याशी बोललो," तो बराच वेळ शांत झाल्यावर कुरकुरला. " मी तिला म्हणालो
ा फसवू शकते पण ती देवाला फसवू शकत नाही . मी तिला घेऊन गेलो
डकी " – एका प्रयत्नाने तो उठला आणि मागच्या खिडकीकडे गेला
चा चेहरा त्याच्या विरुद्ध दाबून झुकला - " आणि मी म्हणालो ' देवाला काय
ीत
ी करत आहात,जे काही तुम्ही करत आहात . तुम्ही मला फसवू शकता,पण
ी देवाला फसवू शकत ' ! नाही"

च्या मागे उभ्या असलेल्या मायकेलिसने धक्का देऊन पाहिले की तो पाहत होता
क्टर टीजे एकलबर्गचे डोळे,जे नुकतेच उगवले होते,फिकट गुलाबी आणि
ड,विरघळणाऱ्या रात्रीपासून.

व सर्वकाही पाहतो," विल्सनने पुनरावृत्ती केली.

ी एक जाहिरात आहे ," मायकेलिसने त्याला आश्वासन दिले. काहीतरी त्याला
वले
डकीतून वळून परत खोलीत पहा. पण विल्सन
च वेळ तिथे उभा होता,त्याचा चेहरा खिडकीच्या चौकटीजवळ होता,मान हलवत
ा
ंप्रकाश मध्ये.

ा वाजता मायकेलिस थकला होता आणि ए च्या आवाजाबद्दल कृतज्ञ होता
र गाडी थांबली. आदल्या रात्रीच्या वॉचर्सपैकी एक होता
ने परत येण्याचे वचन दिले होते,म्हणून त्याने तीनसाठी नाश्ता शिजवला,जे
आणि दुसरा माणूस एकत्र जेवला. विल्सन आता शांत झाला होता,आणि
ाकेलिस झोपायला घरी गेला; जेव्हा तो चार तासांनंतर जागा झाला आणि
ईघाईने गॅरेजमध्ये परतलो,विल्सन गेला होता.

च्या हालचाली - तो सर्व वेळ पायी चालत होता - नंतर शोधला गेला
रुझवेल्ट आणि नंतर गडाच्या टेकडीवर ,जिथे त्याने सँडविच विकत घेतले
ने खाल्ले नाही , आणि एक कप कॉफी. तो थकला असावा आणि
प्रकाश चालत होतो,कारण तो दुपारपर्यंत गडाच्या टेकडीवर पोहोचला नव्हता .
तापर्यंत
च्या वेळेचा हिशेब करण्यात कोणतीही अडचण नव्हती - तेथे मुले होती
ड्यासारखा वागताना " आणि तो ज्यांच्याकडे टक लावून पाहत होता त्या
नचालकांना पाहिले होते

विचित्रपणे रस्त्याच्या कडेला. त्यानंतर तीन तास तो गायब झाला
दृश्य पासून. त्याने मायकेलिसला जे सांगितले त्या बळावर पोलिसांनी,
की त्याला " शोधण्याचा एक मार्ग आहे," असे समजले की त्याने तो वेळ घालवला
गॅरेजमधून गॅरेजमध्ये जाणे,पिवळ्या कारची चौकशी करणे. चालू
दुसरीकडे,त्याला पाहिलेला एकही गॅरेजचा माणूस पुढे आला नाही,आणि
कदाचित त्याला काय हवे आहे हे शोधण्याचा त्याच्याकडे एक सोपा,खात्रीचा मार्ग
होता
माहित आहे अडीच वाजता तो वेस्ट एगमध्ये होता,जिथे त्याने कोणालातरी विचारले
गॅट्सबीच्या घराकडे जाण्याचा मार्ग . त्यामुळे तोपर्यंत त्याला गॅट्सबीचे नाव माहीत
होते .

दोन वाजता गॅट्सबीने त्याचा बाथिंग सूट घातला आणि त्याच्याशी शब्द सोडला
बटलर की जर कोणी फोन केला तर त्याला त्याच्याकडे आणले जाईल
पूल तो गॅरेजमध्ये वायवीय गादीसाठी थांबला
उन्हाळ्यात त्याच्या पाहुण्यांचे मनोरंजन केले आणि चालकाने त्याला मदत केली
तो पंप करा. मग खुली गाडी ,नको अशा सूचना दिल्या
कोणत्याही परिस्थितीत बाहेर काढले — आणि हे विचित्र होते,कारण
समोर उजव्या फेंडरची दुरुस्ती आवश्यक आहे.

गॅट्स्बीने गादी खांद्यावर घेतली आणि तलावाकडे निघालो. एकदा तो
थांबले आणि थोडे हलवले,आणि चालकाने त्याला विचारले की तो
मदत हवी होती,पण त्याने मान हलवली आणि क्षणार्धात गायब झाला
पिवळी झाडे.

कोणताही दूरध्वनी संदेश आला नाही,परंतु बटलर त्याच्या झोपेशिवाय गेला
चार वाजेपर्यंत तिची वाट पाहत होतो - नंतर कोणीही नव्हते
ते आले तर देण्यासाठी. मला एक कल्पना आहे जी गॅट्सबीने स्वतः केली नाही
तो येईल यावर विश्वास ठेवा,आणि कदाचित त्याला यापुढे पर्वा नाही. होते तर
खरे त्याला असे वाटले असेल की त्याने जुने उबदार जग गमावले आहे,अदा
एकाच स्वप्नासह जास्त काळ जगण्यासाठी उच्च किंमत. त्याच्याकडे असणे आवश
आहे
भीतीदायक पानांमधून अपरिचित आकाशाकडे पाहिले आणि थरथर कापले
गुलाब किती विचित्र गोष्ट आहे आणि सूर्यप्रकाश किती कच्चा आहे हे त्याला समज
दुर्मिळपणे तयार केलेल्या गवतावर होते. एक नवीन जग,सामग्रीशिवाय
वास्तव असणं,जिथे गरीब भुते,हवेसारखी श्वास घेणारी स्वप्ने वाहून गेली
सुदैवाने ... त्या राखेप्रमाणे,विलक्षण आकृती दिशेने सरकत आहे
त्याला अनाकार झाडांमधून.

चालक - तो वोल्फशीमच्या प्रोट é gés पैकी एक होता - त्याने ऐकले
शॉट्स — नंतर तो एवढेच म्हणू शकला की त्याने काहीही विचार केला नाही
त्यांच्याबद्दल बरेच काही. मी स्टेशनवरून थेट गॅट्सबीच्या घराकडे निघालो
आणि मी उत्सुकतेने पुढच्या पायऱ्या चढणे ही पहिली गोष्ट होती
कोणालाही घाबरवले. पण त्यांना तेव्हा कळलं होतं,माझा ठाम विश्वास आहे.
क्वचितच ए
शब्द म्हणाला,आम्ही चौघे,चालक,बटलर,माळी आणि मी घाई केली
खाली पूल पर्यंत.

चे 137पृष्ठ122

ण्याची एक अस्पष्ट,क्वचितच जाणवणारी हालचाल होती
का टोकाकडून ताजे प्रवाह दुस-या बाजूने नाल्याकडे वळतो.
प्रचितच लाटांच्या सावल्या असलेल्या छोट्या छोट्या लहरींसह,लादेन
ग्र पूलच्या खाली अनियमितपणे हलवला. वाऱ्याचा एक छोटासा झुळूक
मेळपणे नालीदार पृष्ठभाग त्याच्या अपघाती त्रास देण्यासाठी पुरेसे होते
ाच्या अपघाती ओझे सह अर्थातच. पानांच्या पुंजक्याचा स्पर्श
न्झिटच्या लेगप्रमाणे,एक पातळ लाल,ट्रेसिंग,हळूहळू ते फिरवले
ण्यात वर्तुळ.

म्ही गॅटस्बी बरोबर घराकडे जायला सुरुवात केल्यावर माळी
ल्सनचा मृतदेह गवताच्या थोडं दूरवर दिसला आणि होलोकॉस्ट झाला
र्ण

न वर्षांनी मला तो दिवस उरलेला आठवतो,आणि ती रात्र आणि
ऱ्या दिवशी,फक्त पोलीस आणि छायाचित्रकारांची अंतहीन कवायत म्हणून आणि
ट्सबीच्या समोरच्या दाराच्या आत आणि बाहेर वृत्तपत्रांची माणसे . एक दोरी
णलेली
ख्य गेट ओलांडून एक पोलीस कर्मचाऱ्याने उत्सुकता रोखली,पण
हान मुलांना लवकरच कळले की ते माझ्या अंगणातून प्रवेश करू शकतात आणि
ांच्यापैकी काही नेहमी उघड्या तोंडाने क्लस्टर होते
त सकारात्मक पद्धतीने कोणीतरी,कदाचित गुप्तहेर,वापरले
ल्सनच्या शरीरावर वाकताना " वेडा माणूस " असा शब्दप्रयोग केला ,आणि
ाच्या आवाजाच्या आकस्मिक अधिकाराने वृत्तपत्राची गुरुकिल्ली सेट केली
ऱ्या दिवशी सकाळी अहवाल.

ापैकी बहुतेक अहवाल हे एक भयानक स्वप्न होते - विचित्र,परिस्थितीजन्य,
सुक,आणि असत्य. मायकेलिसची चौकशी करताना साक्ष आणली
ल्सनचा त्याच्या बायकोवरचा संशय दूर करण्यासाठी मला संपूर्ण कथा वाटली
ड्याच वेळात रेसी पॅक्विनेडमध्ये सर्व्ह केले जाईल - परंतु कॅथरीन,जे कदाचित
हीही बोललो,एक शब्दही बोलला नाही . तिने आश्चर्यकारक रक्कम दाखवली
ाबद्दलही चारित्र्य - दृढ डोळ्यांनी कोरोनरकडे पाहिले
च्या दुरुस्त केलेल्या कपाळाखाली,आणि तिच्या बहिणीने कधीच केले नव्हते अशी
थ घेतली
ट्सबीला पाहिले,की तिची बहीण तिच्या पतीसोबत पूर्णपणे आनंदी होती,
 तिची बहीण काही गैरप्रकारात नव्हती. तिला पटले
त: ची,आणि तिच्या रुमालात ओरडली,जणू काही
त्रना तिला सहन करण्यापेक्षा जास्त होती. त्यामुळे विल्सनला ए
ष्य " दुःखाने विव्हळलेला " जेणेकरून केस कायम राहील
र्वात सोपा फॉर्म. आणि तिथेच विसावला.

ा हा सगळा भाग दुर्गम आणि अनावश्यक वाटला. मी स्वतःला शोधून काढले
ट्सबीच्या बाजूला आणि एकटा. ज्या क्षणापासून मी दूरध्वनीवरून बातमी दिली
ट एग गावात आपत्ती,त्याच्याबद्दलचे प्रत्येक अनुमान आणि प्रत्येक
ावहारिक प्रश्न,मला संदर्भित केले होते. प्रथम मला आश्चर्य वाटले आणि
धळलेले; मग,तो त्याच्या घरात पडला होता आणि हलला नाही किंवा श्वास घेत
हता किंवा

तासनतास बोला,मी जबाबदार आहे हे माझ्यावर वाढले,कारण
इतर कोणालाही स्वारस्य नव्हते - स्वारस्य,म्हणजे,त्या तीव्रतेने
वैयक्तिक स्वारस्य ज्याच्या शेवटी प्रत्येकाला काही अस्पष्ट अधिकार आहे.

डेझीला सापडल्यानंतर अर्ध्या तासाने मी कॉल केला,तिला कॉल केला
सहज आणि संकोच न करता. पण ती आणि टॉम निघून गेले होते
त्या दुपारी लवकर,आणि त्यांच्याबरोबर सामान घेतले.

“ पत्ता राहिला नाही? "

" नाही. "

ते कधी “ परत येतील ते सांगा ? "

" नाही. "

" ते कुठे आहेत काही कल्पना? मी त्यांच्यापर्यंत कसे पोहोचू शकलो? "

" मला माहित नाही . सांगता येत नाही . "

मला त्याच्यासाठी कोणीतरी मिळवायचे होते. मला जिथे खोलीत जायचे होते
तो झोपून त्याला धीर देतो: “ मी तुझ्यासाठी कोणीतरी घेईन,गॅट्सबी . करू नका _
काळजी फक्त माझ्यावर विश्वास ठेवा आणि मी तुमच्यासाठी कोणीतरी घेईन - "

मेयर वोल्फशीमचे नाव फोन बुकमध्ये नव्हते . बटलरने मला दिले
ब्रॉडवेवरील त्याच्या कार्यालयाचा पत्ता,आणि मी माहिती कॉल केली,परंतु द्वारे
माझ्याकडे नंबर होता तो पाच नंतर बराच वेळ होता,आणि कोणीही उत्तर दिले नाही
फोन

“ तू पुन्हा वाजणार का? "

“ मी तीन वेळा वाजलो आहे . "

" ते खूप महत्वाचे आहे . "

" माफ करा. मला भीती वाटते की तिथे कोणी नाही . "

मी पुन्हा ड्रॉईंग-रूममध्ये गेलो आणि क्षणभर विचार केला की ते
संधी पाहणारे होते,अचानक भरलेले हे सर्व अधिकृत लोक
ते पण,त्यांनी पत्रक मागे घेतले आणि गॅट्सबीकडे पाहिले
धक्कादायक डोळे,त्याचा निषेध माझ्या मेंदूत चालूच होता:

“ इकडे बघ,जुना खेळ,तुला माझ्यासाठी कोणीतरी आणावं लागेल. तुमच्याकडे आहे
खूप प्रयत्न करणे. मी यातून एकटा जाऊ शकत नाही . "

कोणीतरी मला प्रश्न विचारायला सुरुवात केली,पण मी तुटून जात होतो
घाईघाईने त्याच्या डेस्कच्या अनलॉक केलेल्या भागांमधून पाहिले - त्याने डी
त्याचे आई-वडील मरण पावले असल्याचे मला कधीच सांगितले नाही. पण होती
काहीही नाही - फक्त डॅन कोडीचे चित्र,विसरलेल्या हिंसाचाराचे प्रतीक,
भिंतीवरून खाली पहात आहे.

दुसऱ्या दिवशी सकाळी मी बटलरला वुल्फशीमला पत्र देऊन न्यूयॉर्कला पाठवले.

द ग्रेट गॅट्सब

ाने माहिती विचारली आणि त्याला पुढच्या दिवशी बाहेर येण्यास सांगितले
 मी लिहिताना ती विनंती अनावश्यक वाटली. मला खात्री होती
पत्रे पाहिल्यावर त्याने सुरुवात केली,जशी मला खात्री होती की तेथे एक असेल
ारच्या आधी डेझीकडून वायर — पण ना वायर ना मि. वोल्फशीम
ोचले; अधिक पोलीस आणि छायाचित्रकार वगळता कोणीही आले नाही आणि
पत्र पुरुष. जेव्हा बटलरने वोल्फशीमचे उत्तर परत आणले तेव्हा मी सुरुवात केली
सबी यांच्यात अवहेलनाची भावना,तिरस्कारपूर्ण एकता असणे
णि मी त्या सर्वांच्या विरोधात.

 मिस्टर कॅरवे. हा सर्वात भयानक धक्क्यांपैकी एक आहे
झे जीवन माझ्यासाठी हे खरे आहे यावर माझा विश्वास बसत नाही. अशा
 माणसाने केलेले वेडे कृत्य आपल्या सर्वांना विचार करायला लावणारे आहे. मी
ली येऊ शकत नाही
ना मी काही अत्यंत महत्त्वाच्या व्यवसायात अडकलो आहे आणि ते मिळवू शकत
ही
ना या गोष्टीत मिसळले आहे. काही असेल तर मी थोडे करू शकतो
र मला एडगरच्या पत्रात कळवा. मी केव्हा कुठे असतो हे मला क्वचितच कळते
 अशा गोष्टीबद्दल ऐकतो आणि मी पूर्णपणे खाली ठोठावले आहे आणि
ेर

चे खरेच

र वुल्फशीम

णि नंतर घाईघाईने खाली दिलेला परिशिष्ट:

ा अंत्यसंस्काराची माहिती द्या वगैरे त्याच्या घरच्यांना अजिबात माहीत नाही.

 दिवशी दुपारी फोन वाजला आणि लाँग डिस्टन्स शिकागो असल्याचे सांगितले
ल करून मला वाटले की ही शेवटी डेझी असेल. पण कनेक्शन आले
गसाच्या आवाजाप्रमाणे,खूप पातळ आणि दूर.

ा स्लेगल बोलत आहे ..."

ो? " नाव अपरिचित होते.

ल ऑफ अ नोट,नाही का ? माझी वायर मिळेल? "

गत्याही तारा " नाहीत . "

रुण पारके अडचणीत आहे," तो वेगाने म्हणाला. " तेव्हा त्यांनी त्याला उचलले
ने काउंटरवर रोखे दिले. त्यांना नवीनकडून परिपत्रक मिळाले
 त्यांना फक्त पाच मिनिटांपूर्वी नंबर देत आहे . तुला काय माहीत
बद्दल,अरे? या डोंगराळ शहरांमध्ये तुम्ही कधीच सांगू शकत नाही -"

मस्कार! " मी श्वास रोखून धरला. " इकडे पहा - हे श्री नाही .
सबी. मिस्टर गॅट्सबी मरण पावला. "

ारच्या दुसऱ्या टोकाला एक लांबलचक शांतता होती,त्यानंतर एक
र ... नंतर कनेक्शन तुटले म्हणून एक झटपट आवाज.

-- ---------------------------------

मला वाटतं तिसऱ्या दिवशी हेन्री सी. गॅट्झच्या तारावर स्वाक्षरी झाली
मिनेसोटा मधील एका गावातून आले. पाठवणारा होता एवढेच सांगितले
ताबडतोब निघून जाणे आणि तो येईपर्यंत अंत्यसंस्कार पुढे ढकलणे.

हे गॅट्सबीचे वडील होते , एक गंभीर वृद्ध,अतिशय असहाय्य आणि निराश,
सप्टेंबरच्या उबदार दिवसाच्या विरुद्ध लांब स्वस्त अल्स्टरमध्ये एकत्रित. त्याचा
डोळे सतत उत्साहाने गळत होते,आणि जेव्हा मी बॅग घेतली आणि
त्याच्या हातातून छत्री तो त्याच्या विरळाकडे सतत ओढू लागला
राखाडी दाढी की मला त्याचा कोट उतरवायला त्रास झाला. तो चालू होता
कोसळण्याचा मुद्दा,म्हणून मी त्याला संगीत कक्षात नेले आणि त्याला बनवले
मी काहीतरी खायला पाठवले असताना बसा. पण तो खाणार नाही ,आणि
त्याच्या थरथरत्या हातातून दुधाचा ग्लास सांडला.

" मी ते शिकागोच्या वर्तमानपत्रात पाहिले," तो म्हणाला. " हे सर्व मध्ये होते
शिकागो वृत्तपत्र. मी लगेच सुरुवात केली. "

" मला कळत नव्हतं तुझ्यापर्यंत कसं पोहोचायचं. "

त्याचे डोळे,काहीही न पाहता,खोलीत सतत फिरत होते.

" तो एक वेडा होता," तो म्हणाला. “ तो वेडा झाला असावा. "

“ तुला कॉफी आवडणार नाही का ? ” मी त्याला आग्रह केला.

“ मला काहीही नको आहे . मी आता ठीक आहे,मिस्टर — ”

" कॅरावे. "

" बरं,मी आता ठीक आहे. त्यांच्याकडे जिमी कुठे आहे? "

मी त्याला ड्रॉईंग रूममध्ये नेले,जिथे त्याचा मुलगा झोपला होता आणि त्याला सोडल
तेथे. काही लहान मुलं पायऱ्यांवर येऊन आत डोकावत होती
हॉल; मी त्यांना कोण आले आहे हे सांगितले तेव्हा ते अनिच्छेने गेले
लांब.

थोड्या वेळाने मिस्टर गॅट्झ दार उघडून बाहेर आले,तोंड
अजर,त्याचा चेहरा किंचित लाल झाला,डोळे गळत होते आणि
अनपेक्षित अश्रू. तो अशा वयात पोहोचला होता जिथे मृत्यू आता नाही
भयंकर आश्चर्य गुणवत्ता,आणि तो आता त्याच्या आजूबाजूला पाहिले तेव्हा
प्रथमच आणि हॉलची उंची आणि वैभव आणि भव्य पाहिले
त्यातून इतर खोल्यांमध्ये खोल्या उघडल्या,त्याचे दुःख होऊ लागले
विस्मयकारक अभिमानाने मिसळलेले. मी त्याला वरच्या मजल्यावरील बेडरूममध्ये
मदत केली; तो असताना
त्याचा कोट आणि बनियान काढला मी त्याला सांगितले की सर्व व्यवस्था झाली अ
तो येईपर्यंत पुढे ढकलले.

तुम्हाला “ काय हवे आहे हे मला माहीत नव्हते , मिस्टर गॅट्सबी –”

" गॅट्झ माझे नाव आहे. "

मिस्टर गॅट्झ. मला वाटले तुम्हाला शरीर वेस्ट घ्यायचे असेल. "

ने मान हलवली.

जिमीला नेहमी ते पूर्वेकडे जास्त आवडते. मध्ये त्याच्या पदावर तो उठला
तुम्ही माझ्या मुलांचे मित्र होता का ,मिस्टर – ? "

आम्ही जवळचे मित्र होतो. "

त्याच्यासमोर एक मोठे भविष्य होते,तुम्हाला माहिती आहे. तो फक्त एक तरुण होता,
इथे त्याच्याकडे खूप मेंदूची शक्ती होती. "

ने त्याच्या डोक्याला प्रभावीपणे स्पर्श केला आणि मी होकार दिला.

जर तो जगला असता तर तो एक महान माणूस झाला असता. जेम्स जे सारखा
णूस.
डी. त्यांनी देशाच्या उभारणीत मदत केली . "

खरे आहे ," मी अस्वस्थपणे म्हणालो.

भरतकाम केलेल्या कव्हरलेटकडे गडबडला,ते वरून घेण्याचा प्रयत्न करत होता
अंथरुणावर आडवा झालो - झटपट झोपला होता.

रात्री स्पष्टपणे घाबरलेल्या व्यक्तीने फोन केला आणि मागणी केली
ने त्याचे नाव सांगण्यापूर्वी मी कोण होतो हे जाणून घ्या.

मिस्टर कॅरवे आहेत," मी म्हणालो.

अरे! " त्याला हायसे वाटले. " हा क्लीस्प्रिंगर आहे. "

काही दिलासा मिळाला,कारण ते दुसऱ्या मित्राला वचन देत आहे
सबीची कबर . मला ते पेपर्समध्ये असावे आणि ए काढायचे नव्हते
णीय स्थळांची गर्दी,म्हणून मी स्वतः काही लोकांना कॉल करत होतो . ते
धणे कठीण होते.

" अंत्यसंस्कार आहे ," मी म्हणालो. " तीन वाजले ,इथे घरी.
ना स्वारस्य असेल त्यांना तुम्ही सांगावे अशी माझी इच्छा आहे . "

अरे,मी करेन," तो घाईघाईने बाहेर पडला. " अर्थात मी बघण्याची शक्यता नाही
णीही,पण मी केले तर. "

चा टोन मला संशयास्पद वाटला.

नक्कीच तुम्ही स्वतः तिथे असाल . "

अरं,मी नक्कीच प्रयत्न करेन. मी ज्याबद्दल कॉल केला तो म्हणजे -"

एक मिनिट थांबा," मी व्यत्यय आणला. येणार तुम्ही " म्हणता काय ? "

ठीक आहे,वस्तुस्थिती अशी आहे - या प्रकरणाचे सत्य हे आहे की मी सोबत राहतो
ग्रीनविचमध्ये काही लोक आहेत आणि ते माझ्यासोबत असण्याची अपेक्षा
तात
ना उद्या. खरं तर,एक प्रकारची सहल किंवा काहीतरी . आहे च्या

अर्थात मी दूर जाण्यासाठी सर्वतोपरी प्रयत्न करेन . "

मी बिनधास्तपणे स्खलन केले " हुह! " आणि त्याने माझे ऐकले असावे,कारण त्याने चिंताग्रस्तपणे पुढे गेले:

" मी ज्याला फोन केला होता तो मी तिथेच ठेवलेल्या बुटांची जोडी होती. मला आश्चर्य वाटते की
बटलरने त्यांना पाठवायला खूप त्रास होईल . तुम्ही बघा,
ते टेनिस शूज आहेत आणि मी त्यांच्याशिवाय असहाय्य आहे . माझे
पत्ता BF ची काळजी आहे -"

मी बाकीचे नाव ऐकले नाही,कारण मी रिसीव्हर बंद केला .

त्यानंतर मला गॅटस्बीबद्दल एक विशिष्ट लाज वाटली - एक गृहस्थ ज्यांच्यासाठी मी दूरध्वनीवरून असे सूचित होते की त्याला त्याची पात्रता मिळाली आहे. तथापि,ते हो माझी चूक आहे,कारण तो अशा लोकांपैकी एक होता ज्यांना सर्वात कडवटपणे टो मारायचे
गॅटस्बीच्या धाडसावर गॅट्सबीच्या दारू ,आणि मला माहित असावे
त्याला कॉल करण्यापेक्षा चांगले.

अंत्यसंस्काराच्या दिवशी सकाळी मी मेयरला भेटण्यासाठी न्यूयॉर्कला गेलो
वुल्फशीम; मी इतर कोणत्याही मार्गाने त्याच्यापर्यंत पोहोचू शकलो नाही . दार की
लिफ्टच्या मुलाच्या सल्ल्यानुसार उघडलेले," द
स्वस्तिक होल्डिंग कंपनी," आणि सुरुवातीला कोणीही दिसत नव्हते
आत पण जेव्हा मी " बऱ्याच वेळा हॅलो " ओरडलो तेव्हा व्यर्थ
फाळणीच्या मागे वाद सुरू झाला आणि सध्या एक सुंदर ज्यू
एका आतील दारात दिसले आणि काळ्या शत्रुत्वाने माझी छाननी केली
डोळे

कुणीही आत " नाही ," ती म्हणाली. " मिस्टर वोल्फशीम शिकागोला गेले आहेत. "

यातील पहिला भाग साहजिकच असत्य होता,कारण कोणीतरी सुरुवात केली होती
" द रोझरी " शिट्टी वाजवा.

" कृपया सांगा की मिस्टर कॅरावे यांना त्याला भेटायचे आहे. "

" मी त्याला शिकागोहून परत आणू शकत नाही,का ? "

या क्षणी एक आवाज,निःसंशयपणे वुल्फशीमचा स्टेला " , ! "
दाराच्या दुसऱ्या बाजूने.

" तुझं नाव डेस्कवर ठेव," ती पटकन म्हणाली. " मी त्याला देईन
जेव्हा तो परत येतो. "

" पण मला माहित आहे की तो तिथे आहे. "

तिने माझ्या दिशेने एक पाऊल टाकले आणि रागाने हात वर करायला सुरुवात केल
आणि तिचे नितंब खाली.

" तुम्ही तरुणांना वाटते की तुम्ही येथे कधीही जबरदस्तीने प्रवेश करू शकता," ती

ावणे. " आम्ही याला कंटाळलो आहोत . जेव्हा मी म्हणतो की तो शिकागोमध्ये
हे,
शिकागो मध्ये आहे . "

गॅट्सबीचा उल्लेख केला.

अरे! " तिने पुन्हा माझ्याकडे पाहिलं. " तू फक्त करशील - तुझे काय होते
व? "

गायब झाली. क्षणार्धात मेयर वोल्फशीम गंभीरपणे उभा राहिला
वाजा,दोन्ही हात बाहेर धरून. टिप्पणी करत त्यांनी मला त्यांच्या कार्यालयात
णले
दरणीय आवाजात की आपल्या सर्वांसाठी ही दुःखाची वेळ होती,आणि ऑफर
ली
ा एक सिगार.

म्हणाला,“ माझी स्मरणशक्ती परत जाते जेव्हा मी त्यांना पहिल्यांदा भेटलो होतो .
एक तरुण मेजर
यातून बाहेर पडलो आणि त्याने युद्धात मिळवलेल्या पदकांनी झाकले.
इतका कठीण होता की त्याला त्याचा गणवेश घालत राहावे लागले कारण त्याने
ही नियमित कपडे खरेदी करू शकलो . नाही मी त्याला पहिल्यांदा पाहिलं ते तेव्हा
इनब्रेनरच्या पूलरूममध्ये आला आणि ए
करी त्याने दोन दिवस काहीही खाल्ले नव्हते ' . चल जरा
झ्यासोबत जेवण,' मी म्हणालो. त्याने चार डॉलर्सपेक्षा जास्त किमतीचे अन्न खाल्ले
र्या तासात. "

तुम्ही त्याला व्यवसायात सुरुवात केली का? " मी चौकशी केली.

याला सुरुवात करा! मी त्याला बनवले. "

अरे. "

मी त्याला काहीही न करता,गटारातून उठवले. मी बरोबर पाहिले
तो एक चांगला दिसणारा,सभ्य तरुण माणूस होता आणि जेव्हा त्याने सांगितले
Oggsford येथे होता मला माहीत आहे की मी त्याचा चांगला उपयोग करू शकतो.
त्याला सामील करून घेतले
मेरिकन लीजन आणि तो तिथे उंच उभा असायचा. लगेच त्याने केले
ल्बानी पर्यंत माझ्या क्लायंटसाठी काही काम. आम्ही सारखे जाड होते
प्रत्येक गोष्टीत " - त्याने दोन बल्बस बोटे धरली - " नेहमी एकत्र. "

गातिक मालिका समाविष्ट आहे का
19 मध्ये व्यवहार.

आता तो मेला आहे ," मी थोड्या वेळाने म्हणालो. " तू त्याचा सर्वात जवळचा मित्र
ास,
मुळे मला माहीत आहे की आज दुपारी तुम्हाला त्याच्या अंत्यविधीला यायचे आहे.

मला यायला आवडेल . "

रं,ये मग. "

त्याच्या नाकपुड्यातील केस किंचित थरथरले आणि त्याने डोके हलवले
त्याचे डोळे अश्रूंनी भरले.

" मी ते करू शकत नाही - मी त्यात मिसळू शकत नाही," तो म्हणाला.

“ मिळवण्यासारखे काही नाही. आता सर्व संपले आहे . "

“ जेव्हा एखादा माणूस मारला जातो तेव्हा मला त्यात मिसळायला आवडत नाही
मार्ग मी बाहेर ठेवतो. जेव्हा मी तरुण होतो तेव्हा ते वेगळे होते - मित्र असल्यास
माझा मृत्यू झाला,काहीही झाले तरी,मी शेवटपर्यंत त्यांच्यासोबत राहिलो. आपण
कदाचित
असे वाटते की ते भावनिक आहे,परंतु मला ते म्हणायचे आहे - कटू शेवटपर्यंत. "

मी पाहिले की त्याच्या स्वतःच्या काही कारणास्तव त्याने न येण्याचे ठरवले होते,
म्हणून मी उभा राहिलो.

“ तू कॉलेजचा माणूस आहेस का? " त्याने अचानक चौकशी केली.

“ गोनेगेशन " सुचवेल पण तो
फक्त होकार दिला आणि माझा हात हलवला.

“ एखादा माणूस जिवंत असताना त्याच्यासाठी आपली मैत्री दाखवायला शिकूया
तो मेल्यानंतर नाही," त्याने सुचवले. “ त्यानंतर माझा स्वतःचा नियम आहे
सर्व काही एकटे. "

जेव्हा मी त्याच्या कार्यालयातून बाहेर पडलो तेव्हा आकाश गडद झाले होते आणि म
पश्चिमेला परतलो
एक रिमझिम मध्ये अंडी. माझे कपडे बदलल्यानंतर मी शेजारी गेलो आणि मला
सापडले
मिस्टर गॅट्झ हॉलमध्ये उत्साहाने वर आणि खाली फिरत आहेत. त्याचा त्याचा
अभिमान
मुलगा आणि त्याच्या मुलाच्या संपत्तीत सतत वाढ होत होती आणि आता तो
मला दाखवण्यासाठी काहीतरी होते.

" जिमीने मला हे चित्र पाठवले आहे. " थरथरत्या आवाजाने त्याने आपले पाकीट
काढले
बोटे " तिथे पहा. "

तो घराचा फोटो होता,कोपऱ्यात तडे गेलेले आणि घाणेरडे
अनेक हातांनी. त्याने उत्सुकतेने प्रत्येक तपशील माझ्याकडे दर्शविला. " दिसत
तेथे! " आणि मग माझ्या डोळ्यांतून कौतुक मागितले. तसे त्याने दाखवून दिले होते
बऱ्याचदा मला असे वाटते की आता ते घरापेक्षा त्याच्यासाठी अधिक वास्तविक होत

" जिमीने ते मला पाठवले. मला वाटते की ते खूप सुंदर चित्र आहे. ते दाखवते
चांगले "

" खूप छान. तुम्ही त्याला अलीकडे पाहिले होते का? "

“ दोन वर्षांपूर्वी तो मला भेटायला आला आणि मी राहत असलेले घर मला विकत
घेतले

ता तो घरातून पळून गेल्यावर अर्थातच आमचे ब्रेकअप झाले होते,पण मी पाहतो
ता त्याला कारण होते. त्याला माहीत होतं की त्याच्यासमोर खूप मोठं भविष्य आहे
ला आणि जेव्हापासून त्याने यश मिळवले तेव्हापासून तो माझ्याशी खूप उदार
ा. "

चित्र काढून टाकण्यास नाखूष दिसत होता,दुसऱ्यासाठी धरला होता
ाभर,रेंगाळत,माझ्या डोळ्यासमोर. मग त्याने पाकीट परत केले आणि
च्या खिशातून Hopalong नावाच्या पुस्तकाची जुनी प्रत काढली
सेडी.

बघा,लहानपणी त्याच्याकडे असलेले हे पुस्तक आहे. ते फक्त दाखवते
पण "

ने ते मागील कव्हर उघडले आणि मला पाहण्यासाठी ते फिरवले. चालू
टच्या फ्लायलीफवर शेड्यूल शब्द आणि सप्टेंबरची तारीख छापण्यात आली होती
1906. आणि खाली:

ाळी 6:00 वाजता अंथरुणातून उठणे
ल व्यायाम आणि वॉल-स्केलिंग 6:15-6:30 "
न इत्यादींचा अभ्यास करा 7:15-8:15 "
न 8:30-4:30 pm
बॉल आणि क्रीडा 4:30-5:00 "
)0-6:00 पर्यंत वक्तृत्वाचा सराव करा,शांतता आणि ते कसे मिळवायचे "
0-9:00 पर्यंत आविष्कारांचा अभ्यास करा .

मान्य निराकरणे

ाफ्टर्समध्ये वेळ वाया घालवू नका किंवा [नाव,अपरिहार्य]

ापुढे धूम्रपान किंवा चघळू नका.

र दुसऱ्या दिवशी आंघोळ करा

र आठवड्याला एक सुधारणारे पुस्तक किंवा मासिक वाचा

र आठवड्याला $5.00 [क्रॉस आउट] $3.00 वाचवा

ालकांशी चांगले वागा

ला हे पुस्तक अपघातानेच सापडले," म्हातारा म्हणाला. " ते फक्त
वतो,नाही का ? "

फक्त तुम्हाला दाखवते. "

जेमीला पुढे जायचे होते. असेच काही ना काही संकल्प त्याच्याकडे नेहमी असायचे
ा अजूनकाही. त्याचे मन सुधारण्याबद्दल त्याला काय मिळाले हे तुमच्या लक्षात
ले आहे का ? तो
साठी नेहमीच छान होते. त्याने मला सांगितले की मी एकदा हॉगसारखे आहे आणि
मारहाण केली
ला त्यासाठी. "

तो पुस्तक बंद करण्यास नाखूष होता,प्रत्येक आयटम मोठ्याने वाचत होता आणि न
माझ्याकडे उत्सुकतेने पाहत आहे. मला वाटते की त्याऐवजी त्याने मी कॉपी करणे
अपेक्षित आहे
माझ्या स्वतःच्या वापरासाठी यादी.

तीनच्या थोडं आधी लूथरन मंत्री फ्लशिंगहून आले आणि
मी अनैच्छिकपणे इतर कारच्या खिडक्या बाहेर पाहू लागलो. म्हणुन केले
गॅट्सबीचे वडील . आणि जसजसा वेळ निघून गेला आणि नोकर आत आले आणि
हॉलमध्ये वाट पाहत उभा होता,त्याचे डोळे उत्सुकतेने मिटू लागले आणि तो
काळजीत,अनिश्चित मार्गाने पावसाबद्दल बोलला. मंत्र्याने नजर टाकली
त्याच्या घड्याळात अनेक वेळा,म्हणून मी त्याला बाजूला घेऊन थांबायला सांगितले
अर्ध्या तासासाठी. पण त्याचा काही उपयोग झाला नाही . कोणीही आले नाही.

-- --------------------------------

पाचच्या सुमारास आमची तीन गाड्यांची मिरवणूक स्मशानात पोहोचली
आणि दाट रिमझिम पावसात गेटजवळ थांबलो - आधी एक मोटार श्रवण,
भयंकर काळा आणि ओला,नंतर मिस्टर गॅट्झ आणि मंत्री आणि मी मध्ये
लिमोझिन,आणि थोड्या वेळाने चार-पाच नोकर आणि पोस्टमन
वेस्ट एगमधून,गॅट्सबीच्या स्टेशन वॅगनमध्ये,सर्व त्वचेला ओले. जसे आम्ही
गेटमधून स्मशानभूमीत प्रवेश केला आणि मग मी कार थांबल्याचा आवाज ऐकला
ओलसर जमिनीवर कोणीतरी आमच्या मागे शिंपडल्याचा आवाज. आय
आजूबाजूला पाहिले. घुबडाच्या डोळ्यांचा चष्मा असलेला तो माणूस मला सापडल
होता
तीन महिन्यांच्या एका रात्रीत लायब्ररीत गॅट्सबीच्या पुस्तकांवर आश्चर्य वाटले
आधी

तेव्हापासून मी त्याला कधीच पाहिले . नाही मला माहित नाही की त्याला याबद्दल
कसे माहित होते
अंत्यसंस्कार,किंवा त्याचे नाव देखील. पावसाने त्याचा जाड चष्मा खाली ओतला,अ
त्याने ते काढले आणि संरक्षित कॅनव्हास अनरोल केलेले पाहण्यासाठी पुसले
गॅट्सबीच्या कबरीतून .

मी क्षणभर गॅट्सबीबद्दल विचार करण्याचा प्रयत्न केला,पण तो आधीच होता
खूप दूर,आणि मला फक्त तेच आठवत होतं,असंतोष न होता
डेझीने मेसेज किंवा फूल पाठवले नव्हते . मंदपणे मी कोणाची तरी बडबड ऐकली
" धन्य ते मेलेले ज्यावर पाऊस पडतो," आणि मग घुबडाचे डोळे
माणसाने " त्याला आमेन," धाडसी आवाजात म्हटले.

आम्ही पावसातून गाड्यांपर्यंत झटपट खाली उतरलो. घुबड-डोळे बोलले
मला गेटजवळ.

" मी घरी जाऊ शकलो नाही," त्याने टिप्पणी केली.

" दुसरे कोणीही करू शकत नाही. "

" पुढे जा! " त्याने सुरू केलं. " का देवा! ते तिथे जात असत
शेकडो "

त्याने चष्मा काढला आणि पुसला,बाहेर आणि आत.

द ग्रेट गॅट्सब

कुत्रीचा गरीब मुलगा," तो म्हणाला.

-- ----------------------------------

झ्या सर्वात ज्वलंत आठवणींपैकी एक म्हणजे प्रीप स्कूलमधून वेस्ट परत येण्याची
णि नंतर ख्रिसमसच्या वेळी कॉलेजमधून. त्याहून दूर गेलेल्या
कागो जुन्या अंधुक युनियन स्टेशनमध्ये सकाळी सहा वाजता जमणार होते
सेंबर संध्याकाळ,काही शिकागो मित्रांसह,आधीच पकडले गेले
च्या स्वत: च्या सुट्टीचा आनंद,त्यांना घाईघाईने निरोप देण्यासाठी. मला आठवते
समधून परतणाऱ्या मुलींचे फर कोट आणि द
ठलेल्या श्वासाची किलबिल आणि आम्ही पकडले तेव्हा डोक्यावर हलणारे हात
या ओळखीचे दृश्य आणि आमंत्रणांचे जुळते: " तू आहेस
डीवेजला जात आहे ? हर्सी ' ? Schultzes ' ? " आणि लांब
वी तिकिटे आमच्या हातमोजेच्या हातात घट्ट पकडली होती. आणि अस्पष्ट शेवट
कागो,मिलवॉकी आणि सेंट पॉल रेल्वेमार्गाच्या पिवळ्या कार
च्या बाजूला असलेल्या ट्रॅकवर ख्रिसमसप्रमाणेच आनंदी.

हा आम्ही हिवाळ्याच्या रात्री आणि वास्तविक बर्फात बाहेर पडलो,तेव्हा आमचा
,
मच्या बाजूला पसरु लागला आणि खिडक्यांसमोर चमकू लागला,आणि
ान विस्कॉन्सिन स्टेशन्सचे मंद दिवे हलले,एक तीक्ष्ण जंगली
अचानक हवेत आला. आम्ही जसे खोल श्वास घेतले
ीच्या जेवणातून थंड vestibules माध्यमातून परत चालला,unutterably जाणीव
देशासोबतची आमची ओळख एका विचित्र तासासाठी,आमच्या आधी
त पुन्हा अविभाज्यपणे वितळले.

ाझे मध्य पश्चिम आहे - गहू किंवा प्रेरी किंवा हरवलेला स्वीडन नाही
रे,पण माझ्या तारुण्याच्या थरारक परतणाऱ्या गाड्या आणि रस्त्यावर
ार अंधारात आणि होलीच्या सावल्यांमध्ये दिवे आणि स्लीघ बेल्स
र्फावर उजळलेल्या खिडक्यांनी फेकलेले पुष्पहार. मी त्याचा एक भाग आहे,ए
लांब हिवाळ्याच्या अनुभूतीने थोडे गंभीर,थोडे आत्मसंतुष्ट
ासस्थान असलेल्या शहरातील करावे हाऊसमध्ये वाढल्यापासून
क दशकांपासून कुटुंबाच्या नावाने ओळखले जाते . मला आता हे दिसत आहे
पश्चिमेची कथा आहे,शेवटी - टॉम आणि गॅट्सबी,डेझी आणि
र्डन आणि मी,सर्व पाश्चात्य होतो आणि कदाचित आमच्याकडे काही होते
ानतेची कमतरता ज्यामुळे आम्हाला पौर्वात्य जीवनाशी अगदी सहज जुळवून घेता
नाही.

ने मला सर्वात जास्त उत्तेजित केले तेव्हाही,मी अत्यंत उत्सुकतेने जागरूक असताना
ील
ाळवाणा,पसरलेल्या,सुजलेल्या शहरांच्या पलीकडे त्याच्या श्रेष्ठतेचा
ायो,त्यांच्या अखंड चौकशीसह जे फक्त वाचले
आणि खूप वृद्ध — तरीही माझ्यासाठी नेहमीच एक गुणवत्ता होती
ती वेस्ट एग,विशेषत:,अजूनही माझ्या अधिक विलक्षण आकडेवारी
ने मी एल ग्रीकोचे रात्रीचे दृश्य म्हणून पाहतो: शंभर घरे,येथे
काळी पारंपारिक आणि विचित्र,उदास,ओव्हरहॅगिंग अंतर्गत क्रॉचिंग
काश आणि चमकहीन चंद्र. अग्रभागी पोशाखात चार गंभीर पुरुष
फुटपाथवर स्ट्रेचर घेऊन चालत आहेत ज्यावर एक आहे

पांढऱ्या संध्याकाळच्या पोशाखात मद्यधुंद स्त्री. तिचा हात,जो वर लटकतो
बाजू,दागिन्यांसह थंड चमकते. गंभीरपणे पुरुष a वाजता आत वळतात
घर - चुकीचे घर. पण त्या महिलेचे नाव कोणालाच माहीत नाही आणि कोणालाच नाही
काळजी घेते

गॅट्सबीच्या मृत्यूनंतर पूर्व माझ्यासाठी असेच पछाडले गेले,विकृत झाले
माझ्या डोळ्यांच्या सुधारण्याच्या शक्तीच्या . पलीकडे तेव्हा ठिसूळ निळा धूर
पाने हवेत होती आणि वाऱ्याने ओल्या लाँड्रीला ताठर उडवले
ओळ मी घरी परत यायचे ठरवले.

मी जाण्यापूर्वी एक गोष्ट करायची होती,एक विचित्र,अप्रिय
कदाचित एकटे सोडले गेले असते. पण मला हवे होते
गोष्टी क्रमाने सोडा आणि फक्त त्या बंधनकारक आणि उदासीनतेवर विश्वास ठेवू नका
माझा नकार दूर करण्यासाठी समुद्र. मी जॉर्डन बेकरला पाहिले आणि बोललो
आमच्या एकत्र काय घडले होते आणि काय झाले होते
नंतर माझ्याकडे,आणि ती पूर्णपणे शांत झोपली,मोठ्याने ऐकत होती
खुर्ची.

तिने गोल्फ खेळण्यासाठी कपडे घातले होते आणि मला आठवते की ती कशी दिस
एक चांगले उदाहरण,तिची हनुवटी थोडीशी उंचावली,तिचे केस
शरद ऋतूतील पानांचा रंग,तिचा चेहरा तपकिरी रंगासारखाच आहे
तिच्या गुडघ्यावर बोटविरहित हातमोजा. मी संपल्यावर तिने मला न सांगता सांगित
ती दुसऱ्या पुरुषाशी निगडीत आहे अशी टिप्पणी. तरी मला शंका आली
तिच्या डोक्याच्या होकाराने तिने लग्न केले असते असे अनेक होते,पण मी
आश्चर्य वाटण्याचे नाटक केले. फक्त एक मिनिटासाठी मला आश्चर्य वाटले की मी नाही
एक चूक झाली,मग मी पटकन पुन्हा विचार केला आणि उठलो
निरोप घेण्यासाठी

" तरीही तू मला फेकून दिलेस," जॉर्डन अचानक म्हणाला. " तुम्ही फेकले
मला टेलिफोनवर. मी आता तुझ्याबद्दल धिक्कार करत नाही,पण ते
माझ्यासाठी एक नवीन अनुभव होता आणि मला थोडा वेळ चक्कर आल्यासारखे वाटले. "

आम्ही हस्तांदोलन केले.

" अरे,आणि तुला आठवतंय " - ती जोडली - " आम्ही एकदा एक संभाषण केले हो
गाडी चालवत आहे? "

" का - नक्की नाही. "

“ तुम्ही म्हणालात की एक वाईट ड्रायव्हर फक्त सुरक्षित आहे जोपर्यंत ती दुसऱ्या वाईट ड्रायव्हरला भेटत नाही?
बरं,मला दुसरा वाईट ड्रायव्हर भेटला,नाही का ? म्हणजे तो माझ्याकडे बेफिकीर हो
असा चुकीचा अंदाज लावण्यासाठी. मला वाटले की तू प्रामाणिक आहेस,
सरळ व्यक्ती. मला वाटले हा तुझा गुप्त अभिमान आहे. "

चे 137पृष्ठ134

मी तीस वर्षांचा आहे ," मी म्हणालो. " मी स्वतःशी खोटे बोलण्यासाठी पाच वर्षांचा
ाहे आणि
याला सन्मान म्हणा. "

ाने उत्तर दिले नाही . रागावलेला,आणि अर्धा तिच्या प्रेमात,आणि प्रचंड
ाफ करा,मी मागे फिरलो.

--- --------------------------------

ॉक्टोबरच्या शेवटी एका दुपारी मी टॉम बुकाननला पाहिले. तो पुढे चालत होता
ाचव्या अव्हेन्यू बाजूने मला त्याच्या सतर्कतेने,आक्रमक मार्गाने,त्याचे हात बाहेर a
वळाढवळ रोखण्यासाठी त्याच्या शरीरापासून थोडेसे,त्याचे डोके हलते
कडे तिकडे झपाट्याने,त्याच्या अस्वस्थ डोळ्यांशी जुळवून घेत. अहे तसा
याला ओव्हरटेक करू नये म्हणून मी वेग वाढवला तो थांबला आणि त्याच्याकडे भुरळ
ालू लागला
ागिन्यांच्या दुकानाच्या खिडक्या. अचानक त्याने मला पाहिले आणि परत निघून गेला.
याचा हात धरून.

काय आहे ,निक? माझ्याशी हस्तांदोलन करण्यास तुमचा आक्षेप आहे का? "

हो. मी तुझ्याबद्दल काय विचार करतो हे तुला माहीत आहे. "

तू वेडा आहेस ,निक," तो पटकन म्हणाला. " वेडा जसा नरक आहे. मला माहीत नाही
झं काय बिनसले . आहे "

टॉम," मी चौकशी केली," त्या दिवशी दुपारी तू विल्सनला काय म्हणालास? "

याने एक शब्द न बोलता माझ्याकडे टक लावून पाहिलं आणि मला माहीत होतं की
ी बरोबर अंदाज लावला होता
गहाळ तास. मी मागे फिरायला लागलो,पण त्याने एक पाऊल पुढे टाकले
ी आणि माझा हात पकडला.

मी त्याला सत्य सांगितले," तो म्हणाला. " आम्ही असताना तो दारात आला
घण्याची तयारी करत आहे,आणि जेव्हा मी संदेश पाठवला की आम्ही आत नव्हतो
याने जबरदस्तीने वरच्या मजल्यावर जाण्याचा प्रयत्न केला. तो मला मारण्यासाठी
ेसा वेडा होता
ार कोणाच्या मालकीची आहे हे मी त्याला सांगितले . नव्हते त्याचा हात
व्हॉल्व्हरवर होता
घरात असताना दर मिनिटाला खिशात टाकतो –" तो उद्धटपणे तोडला.
मी त्याला सांगितले तर? त्या व्यक्तीने ते त्याच्याकडे आले होते. त्याने फेकले
च्या डोळ्यात धूळफेक करा,जसे त्याने डेझीच्या चित्रपटात केले होते , परंतु तो खूप
ठीण होता
क तो मर्टलवर धावत गेला जसे तुम्ही कुत्र्यावर धावत असता आणि कधीच नाही
ाची गाडी थांबवली. "

म्हणू शकलो नाही,फक्त एक अव्यक्त सत्य वगळता
रे नव्हते .

आणि जर तुम्हाला वाटत असेल की माझ्या दुःखात माझा वाटा नव्हता - इथे पहा,
धी

मी तो फ्लॅट द्यायला गेलो आणि कुत्र्याच्या बिस्किटांचा तो डबा दिसला
तिथे साइडबोर्डवर बसून,मी खाली बसलो आणि बाळासारखा रडलो. द्वारे
देवा ते भयानक होते -"

मी त्याला क्षमा करू शकत नाही किंवा त्याला आवडू शकत नाही,परंतु त्याने जे केले
ते मी पाहिले
त्याच्यासाठी,पूर्णपणे न्याय्य होते. हे सर्व अतिशय निष्काळजी होते आणि
गोंधळलेले ते बेफिकीर लोक होते,टॉम आणि डेझी - त्यांनी तोडले
वस्तू आणि प्राणी आणि नंतर त्यांच्या पैशात किंवा त्यांच्याकडे परत गेले
अफाट निष्काळजीपणा,किंवा जे काही होते ज्यामुळे त्यांना एकत्र ठेवले,आणि द्या
इतर लोक त्यांनी केलेली घाण साफ करतात ...

मी त्याच्याशी हस्तांदोलन केले; हे न करणे मूर्खपणाचे वाटले,कारण मला अचानक
असे वाटले
जरी मी एका मुलाशी बोलत होतो. मग तो दागिन्यांमध्ये गेला
मोत्याचा हार खरेदी करण्यासाठी स्टोअर करा — किंवा कदाचित फक्त कफची जोड
बटणे — माझ्या प्रांतीय कुरबुरीपासून कायमची सुटका.

गॅट्सबीचे घर अजूनही रिकामेच होते - त्याच्या हिरवळीवर गवत होते
माझ्यापर्यंत वाढले. गावातला एक टॅक्सी चालक कधीच नाही
एक मिनिटही न थांबता प्रवेशद्वाराजवळून भाडे घेतले आणि
आत निर्देश करणे; कदाचित त्यानेच डेझी आणि गॅट्सबीला वळवले
अपघाताच्या रात्री पूर्व अंडी,आणि कदाचित त्याने एक कथा केली होती
सर्व त्याच्या स्वत: च्या बद्दल. मला ते ऐकायचे नव्हते आणि तेव्हा मी त्याला टाळले
मी ट्रेनमधून उतरलो.

मी माझी शनिवारची रात्र न्यूयॉर्कमध्ये घालवली कारण त्या चमकत होत्या,
त्याच्या चमकदार पार्ट्या माझ्यासोबत इतक्या स्पष्टपणे होत्या की मी अजूनही करू
शकलो
त्याच्या बागेतून संगीत आणि हशा ऐका,मंद आणि अविरत,
आणि त्याच्या ड्राईव्ह वर आणि खाली जाणाऱ्या गाड्या. एका रात्री मी ऐकले
मटेरिअल कार तिथे,आणि त्याचे दिवे त्याच्या पुढच्या पायरीवर थांबलेले पाहिले. पण
मी
केला नाही . कदाचित ते काही अंतिम पाहुणे होते जे दूर गेले होते
पृथ्वीच्या शेवटच्या टोकावर आणि पार्टी संपली हे माहित नव्हते .

आदल्या रात्री,माझी ट्रंक पॅक करून आणि माझी कार किराणा दुकानदाराला विकल
मी पलीकडे जाऊन एकदा घराच्या त्या प्रचंड विसंगत अपयशाकडे पाहिले
अधिक पांढऱ्या पायऱ्यांवर एक अश्लील शब्द,एखाद्या मुलाने स्क्रोल केलेला
विटाचा तुकडा,चंद्रप्रकाशात स्पष्टपणे उभा राहिला आणि मी तो पुसून टाकला,
दगडाच्या कडेने माझा जोडा जोरात काढत आहे. मग मी खाली भटकलो
समुद्रकिनारा आणि वाळूवर पसरलेला.

बहुतेक मोठ्या किनाऱ्याची ठिकाणे आता बंद झाली होती आणि क्वचितच होती
फेरीबोटची सावली,हलणारी चमक वगळता दिवे
आवाज. आणि जसजसा चंद्र वर चढला तसतसे अत्यावश्यक घरे बनू लागली
हळूहळू मला इथल्या जुन्या बेटाची जाणीव होईपर्यंत वितळले

चे 137पृष्ठ136

लाशांच्या डोळ्यांसाठी एकदा फुलले - नवीनचे ताजे,हिरवे स्तन
ा त्याची नाहीशी झालेली झाडे,ज्या झाडांनी गॅटस्बीचा रस्ता बनवला होता
;,एकेकाळी कुजबुजत होते आणि सर्वांत सर्वात मोठे
नवी स्वप्ने; क्षणिक मंत्रमुग्ध झालेल्या क्षणासाठी माणसाने त्याला धरले असावे
खंडाच्या उपस्थितीत श्वासोच्छ्वास,एक सौंदर्याचा भाग
तन त्याला समजले नाही किंवा इच्छित नाही,समोरासमोर
तिहासात शेवटच्या वेळी त्याच्या क्षमतेशी सुसंगत काहीतरी
श्चर्य

णि जुन्या,अज्ञात जगाचा शोध घेत बसलो तेव्हा मी विचार केला
सबीला आश्चर्य वाटले की जेव्हा त्याने शेवटी हिरवा दिवा काढला
ीची गोदी . या निळ्याशार हिरवळीपर्यंत तो खूप दूर आला होता,आणि त्याचे स्वप्न
इतका जवळचा वाटला असावा की तो समजू शकला नाही. तो
हित नव्हते की तो त्याच्या मागे कुठेतरी मागे आहे
राच्या पलीकडे अफाट अस्पष्टता,जिथे प्रजासत्ताकची गडद फील्ड
ी खाली आणले.

स्बीचा त्या वर्षीच्या ऑर्गेस्टिक भविष्यावर हिरवा दिवा होता
आमच्या आधी कमी होत आहे. तेव्हा ते आमच्यापासून दूर गेले,पण ते नाही
ब्र - उद्या आपण वेगाने धावू,आपले हात पुढे करू ... आणि
चांगली सकाळ -

णून आम्ही चालू,प्रवाह विरुद्ध बोट,सतत परत वाहून नेले
काळ.

www.ingramcontent.com/pod-product-compliance
Lightning Source LLC
LaVergne TN
LVHW020002230825
819400LV00033B/964
* 9 7 9 8 8 6 9 1 0 3 2 5 3 *